LÁ XANH

Lá Xanh
Thảo Trường

Bìa: Uyên Nguyên Trần Triết
Dàn trang: Đỗ Huỳnh Đăng Ngọc
Nhân Ảnh xuất bản 2025
ISBN: 979-8-3482-7308-8

THẢO TRƯỜNG

LÁ XANH

NHÂN ẢNH 2025

LÁ XANH

Tất cả là bảy đứa, năm trai hai gái. Tính ra là tám đứa, sáu trai, nhưng Sơn con thứ hai bị "Polio" chết lúc hồi bốn tuổi. Thành ra con trai còn lại cuối cùng năm đứa. Năm đứa liền nhau. Hai con gái là út và áp út.

Nhiều người thấy tụi tôi dẫn một đàn con đi chơi, thấy năm con trai bèn chê là ngũ quỷ. Nhưng ông Tân Nguyên An một người Trung Hoa thân thiết với gia đình thì khen là tốt.

Đối với người Trung Hoa năm con trai lại là năm con trai sinh liền nhau, gọi là ngũ quí. Ngũ quí là tốt, gia đình sẽ ăn nên làm ra, còn ngũ quỷ là xấu, con cái phá phách.

Trước khi nghe lời giải thích của ông Tân

Nguyên An tôi vẫn có ý lo buồn, trong lòng khơm khớp. Mỗi khi có người hỏi đến con cái tôi đều nói là sáu trai hai gái. Tôi kể như Sơn chưa chết. Để họ khỏi gọi con tôi là ngũ quỷ. Nhưng sau khi nghe gọi năm con trai là ngũ quí. Người Tàu nào cũng mong có được ngũ quí như vậy để ăn nên làm ra, dần dần tôi lại hãnh diện có được năm con trai liền nhau.

Cái hạnh phúc thứ nhất là có nhiều con. Nhưng có nhiều con thì mệt. Mệt quá. Tám đứa, một đứa bỏ đi còn bảy, như thế là có hạnh phúc. Nhưng suốt ngày tôi lu bu công việc. Phải lo ăn uống cho chúng, lo quần áo mặc cho chúng, lo sức khỏe cho chúng, lo việc học hành và giải trí của chúng. Thế rồi tôi trở thành một cái máy. Theo nhà tôi nói thì tôi có công dụng của hai thứ máy. Máy đẻ và máy làm việc trong nhà. Nhiều lúc tôi cảm thấy tôi đúng là một vú em, một người ở đợ trong gia đình. Việc gì cũng đến tay tôi. Cũng may là bù lại tôi được chàng thương yêu nên thỉnh thoảng cũng tự cảm thấy được an ủi. Và bớt đi được cái mặc cảm tôi mọi của mình. Tôi bận bịu suốt ngày đêm như vậy. Việc này vừa xong thì lập tức có việc khác cần kíp phải làm ngay. Có khi công việc lu bu tôi không biết phải làm việc gì trước. Thành ra cáu kỉnh. Mỗi khi thấy tôi… lên cơn như vậy, chàng lại nói:

- Em được nhiều thứ, có nhiều công lao nhưng kẹt là hay cáu. Cáu thì bao nhiêu điểm… mất hết.

Tôi la lên:

- Tôi không cần điểm. Điểm mà làm gì. Có được lên lon như trong quân đội đâu. Làm… hộc máu hết ngày nọ sang ngày kia miết rồi thấy già đi lúc nào không hay.

Chàng lừng khừng:

- Già đâu mà già, em còn trẻ đẹp lắm.

Nghe chàng nói mấy câu nữa là tôi quên mệt luôn. Thế là cuộc đời làm công của mình lại "lạnh lùng" tiếp nối.

Đến đây tôi phải niêm yết danh sách đàn con tôi cho mọi người biết. Danh sách này là mối quan tâm duy nhất của tôi. Những danh sách cử tri, danh sách ứng cử viên tổng thống, phó tổng thống, TNS, DB, nghị viên, hội đồng xã, đại diện ấp, đối với tôi chẳng có nghĩa lý gì cả. Tôi chưa bao giờ đi coi xem có tên mình trong danh sách cử tri, cũng chưa bao giờ coi danh sách các ông, các bà ứng cử viên dù là niêm yết lần thứ nhất, thứ nhì hay chính thức. Cái danh sách các con tôi cũng đã là mối lo lắng triền miên đối với tôi rồi.

Trước nhất mang số một là cu Linh. Năm nay Linh mười một tuổi học đệ thất.

Mấy đứa em bắt chước tiếng địa phương vẫn kêu Linh là anh Hai một cách yêu mến, ngộ nghĩnh. Linh là con đầu lòng cho nên tính tình hơi chậm chạp nhút nhát. Người ta thường nói con đầu lòng đứa nào cũng thế. Tôi nghiệm ra thấy có lẽ cũng đúng. Khanh con gái đầu lòng của bác Bính năm nay mười bảy tuổi vậy mà có vẻ như vẫn ngây thơ chất phác, chưa hiểu những câu nói ý nhò của người khác. Khanh chẳng để ý gì đến công việc nhà, bác nói sao Khanh làm vậy mà thôi. Rồi đến anh chàng Dũng, trai đầu lòng của bác Thân, Dũng ăn nhiều, học thông minh làm việc khỏe nhưng phải tội gà tồ. Mười sáu tuổi mà nữ sinh bạn cùng lớp chọc Dũng, Dũng đòi "đá cho hộc máu". Cơ bản của Dũng là mỗi đêm sau khi học hành bài vở xong phải ăn lót lòng… ba gói mì mới ngủ được.

LÁ XANH

Tôi thấy con đầu lòng như thế, nếu không khờ khạo như Linh con trai tôi thì cũng ngốc nghếch thế nào ấy. Con đầu lòng ít đứa khôn lanh.

Linh giống chàng ở màu da, đen và hay khóc. Tôi nghe các bác kể lại hồi chàng còn nhỏ cũng cù lần và hay khóc như thế. Linh học chăm nhưng vì chậm chạp và nhút nhát nên ngay tháng đầu tiên năm trung học thứ nhất tức là lớp sáu Linh mang điểm về với một kết quả chưng hửng: Xếp thứ sáu mươi trên tỉ số sáu mươi tám. Cũng may là chưa bét. Tôi tỏ ra buồn vô cùng vì con cái nhà các bác đi học, đứa nào cũng có bảng danh dự mang về, nhưng con tôi cả ba đứa lớn đều xếp hạng sắp sế như Linh cả. Tôi biết chàng cũng buồn, khi xem phiếu điểm của các con, chàng hơi nhíu mày nhưng sau đó chàng thản nhiên nói lớn:

- Cũng còn trên mấy đứa. Chưa bét, may chán.

Rồi chàng gọi tên từng đứa trong ba đứa con gần bét đó khích lệ:

- Mới tháng đầu, chưa quen cố lên tháng sau chắc khá.

Tôi nghĩ sự học dốt của mấy đứa lớn giống tôi.

Hồi nhỏ tôi là con út, cả nhà vẫn kêu là cô út, tôi được nuông chiều muốn đi học thì đi bằng không buồn là tôi ở nhà. Vì thế sự học hành của tôi rất là lơ mơ. Tôi biết thế nhưng tôi lại đổ tội cho chàng. Tôi nói:

- Chúng nó giống anh, thương anh, cưng anh, thế thì cái sự học dốt của chúng chắc cũng giống anh luôn.

Chàng cười:

- Đúng một nửa.

- Sao lại chỉ đúng một nửa.

- Báo tin cho bạn biết hồi nhỏ tôi học rất hách. Nhất nhì trong lớp là chuyện đương nhiên. Tuy nhiên đó chỉ là hồi nhỏ. Đến khi lớn lên học những lớp bên trên tình trạng xếp hạng của tôi cũng… tương đương với tụi nó bây giờ.

Tôi cười. Tôi nắm được "lỗi" của chàng. Hỏi:

- Sao vậy? Càng lớn càng chăm học, càng học giỏi vì đã có ý thức chứ?

Chàng lắc đầu:

- Tại càng lớn tôi càng có nhiều đam mê. Ngày đó tôi chỉ mải mê làm nội san và tập... quyền anh.

- Anh mà cũng tập võ?

- Chứ sao. Đã từng lên đài nhiều lần thắng điểm võ sĩ Thái Bình.

Tôi phàn nàn:

- Vậy mà bây giờ trông anh ì ạch chẳng có vẻ gì là thể thao gia cả. Mất hết phong độ. Tối ngày anh chỉ nằm với sách báo.

Chàng trở lại vấn đề học dốt:

- Theo anh nghĩ thì các con nó học dốt chính vì nó giống em. Những cái gì hay ho là nó giống anh, còn những gì xấu về phần em cả. Trong các con có đứa nào ăn vụng kẹo bánh chính là nó nối tiếp cái truyền thống ăn hàng của má nó.

Tôi la lên:

- Ê, đừng có nói không nghe bạn. Tôi được nuông chiều thì đâu cần phải ăn vụng. Nói cho mà biết, hồi bảy tám tuổi tôi muốn ăn thịt gà là người nhà phải lập tức làm gà cho tôi ăn. Nếu không tôi bắt gà làm lấy.

Chàng thở dài:

- Thảo nào bây giờ em cắt tiết gà giỏi quá.

- Có thế bố con anh mới được ăn thịt gà chớ.

Chàng gật gù:

- Đúng vậy. Nhưng em có công nhận những cái gì xấu là các con đều được em truyền sang phải không?

Tôi lại la lên:

- Vâng, những gì tốt đẹp anh nhận hết còn những gì xấu xí phần em.

Tôi tức tối khi thấy chàng vẫn thản nhiên coi như đó là điều hợp lý. Chàng tỉnh bơ gật đầu:

- Nhưng em không lo. Các con nó sẽ đều khá cả vì ảnh hưởng ở cái... đức của anh.

Kinh nghiệm cho tôi biết đến đây chàng sẽ tìm cách lảng tránh. Tôi cầm tay chàng, hỏi:

- Có thật những xấu xí là của em cả sao?

- Cơm chín chưa. Đói rồi.

- Tôi hỏi không được nói lảng.

- Hôm nay có món cà muối xổi không?

- Không. Anh phải nói lại đi.

Chàng hơi có vẻ nhượng bộ:

- Nói lại cái gì?

- Nói lại là bao nhiêu tính xấu của các con đều do anh… truyền cho chúng. Còn tính tốt của chúng đều ảnh hưởng bởi em.

- Ừ.

Nhưng rồi chàng lại tìm cách lảng tránh ngay, chàng hỏi:

- Bộ hôm nay không mua cà muối xổi sao?

Tôi hãy còn bực bội nên không trả lời chỉ nhìn chàng lắc đầu, chàng trách móc:

- Tại sao không?

Tôi biết chàng rất thích món này. Những quả cà nhỏ bằng đầu ngón tay, không non quá mà cũng không già quá. Gọt sạch núm, bổ đôi rồi bóp với muối trước bữa ăn hai giờ đồng hồ. Cà chấm với mắm tôm hảo hạng, vắt chanh Đàlạt và dầm ớt hiểm chín đỏ thật cay. Miếng cà trắng xanh, nho nhỏ nhai ròn tan. Bữa nào có món đó chàng ăn cơm thật ngon. Tôi vẫn thường... lấy điểm với chàng bằng món ăn này. Khi chàng hỏi đến tôi mới nhớ là đã lâu chưa làm món này, tôi hơi lúng túng. Chàng cự:

- Có đòi ăn món gì hiếm hoi đắt tiền cho cam. Vài quả cà mà cũng không nhớ.

Tôi phân bua:

- Đi chợ lo tính món ăn cho chúng nó cũng đã điên đầu rồi, em đâu nhớ nổi. Khi nào anh muốn ăn cà, anh phải dặn chứ.

Chàng chép miệng lắc đầu. Tôi lại phải phân bua:

- Có cái xe anh lái đi làm rồi, các con thì đi xe Lam, xe Buýt nhà trường, còn em đi chợ bằng "lô ca chân" xách đồ rã cả tay, đâu còn tâm trí mà nhớ hết được. Chàng làm mặt giận:

- Từ mai tôi để xe ở nhà, tôi áp xe Lam đi làm. Sáng đi, tối về. Nếu tối quá hết xe Lam tôi… kiếm chỗ ngủ nhờ cũng được.

Nhà có chiếc xe hơi cũ mèm mượn của bác Thân. Khi chạy được, khi không. Tiếng máy xe nổ lớn, kêu bành bạch, lóc cóc. Các con tôi gọi là trực thăng. Trực thăng bố sắp về tới. Hôm nay trời mưa bố cho con quá giang trực thăng của bố đi học nghen… Còn tôi mỗi khi tới giờ chàng sắp về, tôi ngồi trong bếp làm món ăn nhưng vẫn thấp thỏm lắng nghe tiếng động cô… trực thăng quen thuộc đó. Có những món ăn làm trước nhưng cũng có những món phải đợi chàng về mới đặt lên bếp để được ăn nóng. Khi tiếng trực thăng của chàng kêu bành bạch trước cửa nhà, lũ con tôi reo hò gọi bố ầm ỹ thì cũng là lúc tôi đặt chảo lên bếp làm những món ăn nóng.

Mâm cơm đã sắp sẵn, chàng thay đồ, rửa mặt mũi chân tay xong thì món ăn cũng vừa xong… Cả nhà ngồi xuống chiếu quây quần xung quanh mâm cơm ăn uống vui vẻ.

Trẻ con tôi sẽ lần lượt… báo cáo. Chàng cũng

quen thường lệ kể lể tình trạng chiếc xe. Đúng ra chàng chẳng kể cũng được. Bởi vì chàng về đúng giờ tức là xe hôm đó chạy ngon. Còn hôm nào mẹ con tôi đứng lên, ngồi xuống, mong ngóng tiếng trực thăng ấy là chiếc xe có hy vọng nằm đường. Những lần chàng về trễ luôn luôn chiếc xe cà mèng này phải lãnh nhận lầm lỗi. Tôi cũng biết rằng chiếc xe cũ đó có thể chết máy bất cứ lúc nào, nhưng tôi cũng nghĩ rằng thế nào cũng có lần chàng về trễ mà chiếc xe sẽ bị đổ tội oan.

Tôi đem chuyện chiếc xe ra để biện minh cho sơ sót của mình trong việc chợ búa với chàng nhưng vô tình tôi đã sa vào bẫy của chàng, tôi quên luôn cái ấm ức phải lãnh phần xấu. Những lần như thế thường xảy ra. Tôi quên luôn và chàng thế nào cũng cười thầm trong bụng vì đã đánh lừa được tôi, đã cho tôi… đi lạc. Tôi quên nhưng đến khi chàng đi làm rồi tôi mới chợt nhớ ra, rồi tôi đợi chàng buổi tối lại đem vấn đề ra… cự chàng. Những lúc này phần nhiều chàng tìm cách gạt đi. Chàng nói:

- Chuyện cũ nhắc lại làm gì.

- Cũ sao được, chàng mới xỉ nhục em hồi trưa

đây mà.

- Đâu có xỉ nhục, anh nói xây dựng mà.

Tôi vùng vằng không chịu. Chàng vẫn lờ đi, chàng rủ mấy đứa con ra sân đánh vũ cầu. Nếu chàng cầm tờ báo coi, dĩ nhiên tôi sẽ phá, sẽ giật lấy tờ báo không để chàng coi. Vì thế nếu chàng liên minh với xấp nhỏ ra sân chơi vũ cầu, tôi nắm phần chắc là thua.

Nói về cái tính xấu, tốt của các con tôi, chàng luôn luôn bảo thủ quan niệm đó. Chúng xấu là do ảnh hưởng của tôi còn bao nhiêu tính tốt, những cái hay đẹp, cả đến hình thức bên ngoài như đứa nào mũi cao ấy là nó giống chàng. Nhưng nếu chàng nào có mũi cao đó mà lại đái dầm, dĩ nhiên chàng sẽ chia cho tôi cái thói xấu đó.

Tôi quên chưa kê khai hết danh sách đàn con. Anh lớn nhất là Linh. Thứ đến là Sơn (Sơn đã không còn nữa từ hồi nó mới bốn tuổi vì bịnh sốt tê liệt). Đến thứ ba là Thái, thứ tư là Khang. Kế đến là Tuân, rồi Hiền. Hai cô gái ở cuối danh sách là Thụy Anh và Ánh Vân.

Trong tập sách này tôi sẽ dần dần mô tả từng

đứa một. Khởi đầu tôi xin nói về cu Linh người anh cả hay khóc.

Linh giống chàng ở tính hay mò mẫm tìm sách truyện để đọc, một bữa cơm Linh buột miệng đem chuyện Tam Quốc ra nói. Chàng hỏi:

- Linh đọc Tam Quốc rồi à?

- Dạ, con đọc hết rồi. Đọc đi đọc lại ba lần rồi.

Thái tiết lộ:

- Anh Linh đem truyện vào cầu tiêu đọc đó bố.

Tôi trố mắt nhìn con và nhìn chàng, Linh thấy tình hình có vẻ nghiêm trọng, nó cãi:

- Con đọc buổi trưa lúc ba ngủ.

Chàng giảng hòa ngay:

- Ừ. Đọc cũng được. Nhưng vẫn phải học thuộc bài, làm bài nhà trường đầy đủ chứ.

Linh gật đầu dạ. Tôi không nhịn được nữa:

- Anh thấy đó. nguyên nhân ông con xếp hạng thứ sáu mươi đã rõ ra đó. Ai bảo anh mang những sách vở đó về nhà làm chi. Con nó đã mê đọc truyện thì còn thiết gì đến bài vở nữa.

Chàng gạt đi:

- Đọc mỗi ngày một đoạn thì được. Linh nhớ phải học bài, làm bài đầy đủ nghen. Tháng sau phải xếp hạng cao mới được.

Rồi chàng hỏi sang chuyện Tam quốc. Bố con chàng chuyện trò như pháo ran. Tôi tưng tức nhưng cũng phải ngồi yên nghe. Trong câu chuyện bàn về Tam Quốc Chí, Linh đã tỏ ra nhớ hơn chàng. Nó bình phẩm cả đến những nhân vật phụ trong truyện mà chàng ngồi đờ ra nghĩ mãi mới nhớ nổi. Chê nhân vật này bất trung nhưng có hiếu, nhân vật kia bất tín, bất nghĩa nhưng lại có lòng trung. Kẻ nào chết là đáng, người nào chết là uổng. Linh cũng chê luôn cả Trương Phi, Quan Công, Lưu Bị đã thề "không được sinh cùng ngày thì nhất định sẽ chết cùng giờ". Vậy mà ba cái chết ấy đã cách xa nhau hơi xa. Linh cũng chê Khổng Minh làm bộ đợi Lưu Huyền Đức tam cố thảo lư mới chịu ra, như thế là không dấn thân…

Tôi kêu lên:

- Trời đất, nó đọc điều đó ở đâu vậy.

Chàng cũng có vẻ lúng túng. Tôi biết chàng nói không kịp con.

Cũng tại trí nhớ của chàng mòn rồi. Chàng có tuổi rồi. Cũng như tôi. Làm sao nhớ được hết những chi tiết. Nhưng có một điều là những ngày hôm sau, tôi thấy chàng lại cắm cúi đọc lại bộ Tam Quốc Chí tám quyển dày cộm. Chàng đọc quên ăn, quên ngủ. Đêm khuya, chàng lừa cho tôi ngủ rồi bèn thức dậy bật đèn bấm, trùm chăn đọc truyện trong đó. Tôi biết nhưng lờ đi. Tôi thông cảm với sự thua sút của chàng đối với Linh về phương diện chuyện Tàu.

Linh còn đọc nhiều nữa. Dần dần tôi khám phá ra rằng cu cậu đã đọc hết những bộ Đông Chu Liệt Quốc, những truyện của Kim Dung như Tiếu Ngạo Giang Hồ. Một lần buổi trưa tôi không ngủ được bèn trở dậy, sang phòng bên cạnh không thấy Linh đâu, tìm mãi mới bắt gặp cu cậu đang ôm quyển kiếm hiệp đọc trong xó cửa ngoài hiên nhà.

Tôi đã tìm ra được lỗi của chàng. Con tôi học dốt là vì chàng mang sách vở về đầu độc nó. Nhưng chàng vẫn ngoan cố. Hình như chàng còn lấy làm thích thú khi nói chuyện Tam Quốc với con. Tôi phàn nàn thì chàng gạt đi. Chàng nói:

- Những bộ sách đó là một kho tàng kiến thức, đọc được những sách đó có lợi lắm chứ không nhảm đâu.

- Nhưng con mình còn bé. Thời gian này nó cần học theo chương trình nhà trường đã. Nó cần bài vở hơn là mấy thứ sách truyện đó.

Chàng chỉ ậm ừ. Tôi cho là Linh nó đã trở thành người cho chàng bàn chuyện Tàu rồi, rất khó mà khuyên chàng đừng mang thêm truyện về nhà. Linh nó còn đọc những truyện của Kim Dung trên nhựt báo.

Anh còn thua nó khoản đó, mỗi ngày. Chàng mua thêm cho tôi một tờ tuần báo đầy rẫy những chuyện ca nhạc cải lương điện ảnh. Chàng nói tôi chỉ nên đọc những thứ đó. Chàng cũng mua cho các con một tờ tuần báo thiếu nhi. Về nhật báo chàng chỉ đọc phớt qua những tin tức về chính trị và thời sự, xong chàng đọc một vài bài tham luận hay nhận định tình hình. Tôi lại hay đọc những tin tức từ thành đến tỉnh những tin mà chàng cho là chó cán xe, xe cán chó, ngoài ra tôi cũng đọc những bài điều tra phóng sự lòng thòng viết về những vụ ám sát, những ma hiện hình... Riêng anh chàng Linh, nó lén đọc truyện Tàu của Kim Dung. Chàng chỉ đọc những truyện này khi đã in thành sách. Vì thế Linh đã đọc trước chàng rồi. Nó nói vanh vách những sự việc mà chàng mới đọc tới.

Linh lại đọc rất nhanh. Một lần chàng mang về một bộ Tiếu ngạo Giang Hồ, chàng dù là bật đèn "pin" đọc lén tôi trong chăn vẫn chưa hết một quyển, thế mà anh cu Thái đứa con thứ ba của chúng tôi tự nhiên nói:

- Xong rồi ba.

Chàng chưa hiểu, hỏi Thái:

- Cái gì xong rồi?

- Ông Linh đó ba, ổng đọc hết năm quyển rồi.

Chàng trố mắt ngạc nhiên, chàng sai Thái đi triệu Linh tới hỏi. Linh nhe răng cười gật đầu. Chàng la:

- Đọc gì mà dữ vậy? Phải để thời giờ mà học chứ.

Linh lặng thinh chàng tiếp:

- Con phải học bài, làm bài cho xong xuôi đầy đủ, rồi coi em bé, làm các công việc nhà. Khi nào rảnh rang mới đọc thêm truyện.

Linh dạ rồi đi ra. Tôi cười hỏi chàng:

- Anh khuyên con học bài là vì anh muốn học hành chăm chỉ hay anh sợ nó đọc... xong truyện trước anh?

Chàng tức lắm nhưng không nói gì được.

Linh tuy nhút nhát, chậm chạp nhưng được cái biết vâng lời. Ở nhà Linh là đứa phụ giúp tôi rất nhiều công việc. Gia đình tôi gồm hai vợ chồng và bảy đứa con nhỏ, nhưng không có người làm. Một là thuê người làm tốn kém. Ngân quỹ trong gia đình không cho phép. Hai là người làm bây giờ rất khó kiếm. Họ đòi lương cao, họ đòi làm việc có giờ giấc nhất định và rất nhiều điều kiện khác nữa. Tôi bàn với chàng là để tôi làm hết. Trong nhà còn một cái máy giặt, một tủ lạnh để trữ đồ ăn. Chàng hăng hái nhận việc giặt quần áo. Chàng khôn lắm. Giặt quần áo bằng máy đâu có khó nhọc. Chàng đứng hút thuốc coi chừng xả nước, sấy khô rồi đem phơi.

Mỗi buổi sáng chàng vừa uống cà phê vừa hút thuốc lá đứng nhìn máy giặt quay tít. Lúc đó hình như chàng nghĩ ngợi chuyện gì đâu đâu, có vẻ say mê lắm.

Giặt quần áo khỏe như vậy nhưng đến nhà các bác, chàng thường giả bộ phàn nàn:

- Các ông, các bà tưởng tôi sướng lắm đấy. Mỗi ngày giặt quần áo… hộc máu chứ chơi à.

Các bác lại tỏ vẻ tội nghiệp chàng.

Ngoài việc giặt quần áo, chàng giao cho tôi tất cả những công việc trong nhà còn lại. Tôi đi chợ nấu cơm, lau nhà, lau cửa, ủi đồ, coi sóc con cái…

Toàn là những việc không tên cả, Linh là đứa phụ giúp tôi nhiều nhất. Nó là con trai học lớp sau trung học, mười một tuổi nhưng có thể nấu cơm, rửa chén bát, pha sữa cho em, lau nhà, bế em… và dĩ nhiên là phải có việc đọc truyện. Linh như đã nói ở trên chậm chạp, không có sáng kiến và hay khóc. Linh lại nghịch ngầm. Nhiều lần tôi bắt gặp cu cậu nghịch ngợm với các em rồi cười khúc khích. Nhưng trước mặt tôi Linh hết nghịch ngay.

LÁ XANH

Về cái... tài hay khóc của cu cậu lúc đầu tôi không biết là truyền thống của ai. Tôi hay chàng? Hồi nhỏ tôi cũng hay khóc nhè. Nhưng là khóc nhè làm áp lực. Ai chọc tôi chưa chắc tôi đã khóc, mắng tôi cũng chưa chắc tôi đã khóc, mà trái lại tôi còn nhâng nhâng mặt mày. Thế nhưng tôi không được vừa ý điều gì hoặc là tôi muốn mè nheo bà cụ cái gì tôi liền giở võ... khóc ra tranh đấu. Bà cụ kể lại tôi khóc cả giờ, nếu không chiều tôi, tôi còn khóc mãi. Như trên đã nói tôi là con gái út trong nhà, được chiều chuộng quá cho nên cũng không đến nỗi phải khóc lâu, đỡ mệt lắm chứ.

Cái khóc của cu Linh bây giờ là thứ khóc nhạy cảm. Có nhiều khi mới chỉ hỏi đến việc gì đó là nước mắt cu cậu ứa ra ngay. Chàng thì nói đó là một thứ bịnh. Tôi thì cho rằng con tôi nhiều tình cảm quá. Những gì mà Linh cho là "xúc phạm" đến nó là nó có thể chảy nước mắt được. Cũng vì thế mà nhiều khi mấy anh em chúng xích mích với nhau, tôi gọi đến xử, mắng át đi nhằm mục đích cho chúng không cà khịa với nhau nữa thế nhưng cu Linh cũng đã mếu máo khóc. Chàng thấy con khóc dễ như vậy đâm cáu:

- Cái gì mà phải khóc chứ.

Được khơi ra, Linh càng khóc nhiều hơn. Chàng cằn nhằn bỏ đi nằm. Tôi an ủi Linh rồi vào hỏi chàng:

- Nó giống ai vậy?

Chàng buông sõng:

- Giống cô chứ giống ai.

- Sức mấy giống em. Em nghe các bác kể lại hồi nhỏ anh cũng mau nước mắt như vậy.

Chàng quay đi nói lảng:

- Cứ theo Nguyên tắc cái gì xấu là giống cô cái gì tốt đẹp là giống tui.

- Khóc là xấu sao?

Chàng ngập ngừng:

- Nếu cô… cho là xấu thì nó giống cô.

- Em cho khóc cũng là cái hay.

- Thế thì nó giống… tôi.

Tôi thích thú trong bụng:

LÁ XANH

- Người ta chẳng thường nói, đàn bà có hai lúc đẹp nhất: Khi ăn quà và lúc khóc.

Chàng chợt nghĩ ra xua tay:

- Thôi, tôi không nhận cái khóc đó giống tôi. Đẹp tôi cũng chê.

- Sao vậy.

- Lâu lâu phải nhường cho em một đức tính tốt chứ.

Tôi trề môi:

- Khôn nhỉ. Thôi ông nội. Nó giống tía nó thì nhận đi cho rồi. Tôi có nghe hồi nhỏ tía bị đưa đi học khóc lóc thảm thiết muốn lụt nhà, lụt cửa. Ai chọc tới cũng lại bù lu, bù loa. Đúng không. Thôi nhận đi. Linh nó hay khóc là nó giống anh. Anh nên yên tâm mà nhận, coi việc khóc là đẹp.

Chàng cương quyết không nhận. Khôn thế đó, thôi thì tôi đành nhận vậy. Số kiếp khổ đến thế. Cũng bởi vì hồi nhỏ mình cũng chẳng chững chạc mấy.

Linh hay khóc vì nó nhạy cảm. Nó thiếu hẳn

cái cương quyết, hào hùng. Cũng chả trách ai được vì chàng có bao giờ cương quyết và hào hùng đâu, ngoài sự cương quyết và hào hùng với tôi. Chàng đối tốt với mọi người, ai nhờ gì chàng hăng hái làm hộ cả. Nhưng chỉ lo làm cho người ngoài còn với tôi chàng lười vô cùng. Có nhiều lần tôi trách:

- Anh chẳng bao giờ săn sóc em cả.

Tức thì chàng chặc lưỡi:

- Ừ, thì săn sóc, thương lắm, quí lắm, chiều lắm, cưng lắm...

Vừa nói chàng vừa đụng nhẹ vào tóc tôi ra chiều vuốt ve. Thế rồi thôi. Chàng còn giao hẹn:

- Đó. Săn sóc rồi đấy nhé.

Thế có chán không. Đã có lần tôi phàn nàn rằng có chồng cũng như không. Chồng vất mình lăn lóc như đôi giày, đôi dép trong gầm tủ. Hình như chàng có vẻ ân hận nhưng sự ân hận đó chỉ biểu lộ được bằng một cử chỉ nhạt như nước ốc, chàng nói như máy:

- Thế hả. Vậy bây giờ săn sóc em nghe. Em có khỏe không. Đêm ngủ được không. Rồi, săn sóc rồi đấy nhé.

Thế là xong. Và chàng lại có thể tiếp tục với tờ báo hay quyển sách. Có khi còn ức hơn nữa, chàng lơ mơ với điếu thuốc trên môi coi như đã làm đầy đủ bổn phận.

Tôi biết tất cả các con tôi đều quyến luyến chàng hơn là tôi. Linh đã lớn rồi nó có trí khôn nên không còn biểu lộ những tình cảm quyến luyến chàng. Nhưng từ Thái trở xuống đến Khang, Tuân, Hiền và cả hai đứa con gái út là Thụy Anh và Ánh Vân chúng đều sấn đến chàng hơn là tôi. Sự thể như vậy, có lẽ tại tôi nghiêm còn chàng dễ dãi. Còn việc dạy dỗ con cái đều do tôi cả. Chàng đi suốt ngày, khi về nhà lại chiều chuộng chúng nó nên chúng nó cảm thấy thân chàng hơn. Có lúc tôi cảm thấy chúng… phe đảng một cách rất dễ ghét. Chàng thì lại lấy làm khoái lắm. Chàng nói:

- Ai ăn ở có đức thì con cái nó thương.

Chàng nói như là tôi ăn ở không có đức vậy. Tức tràn hông chứ chẳng ngoa. Thế nhưng cũng có những lúc tôi đã thú vị trở lại. Như đã nói chàng thường nuông chiều các con vì thế khi chàng ở nhà chúng đều sáp lại gần. Chúng dành nhau "ba của tôi, ba của tôi" nghe đến sốt ruột, nhất là con Thụy Anh, ở nhà, vẫn gọi là bé Bự, vì nó mập mạp, tròn vo, mắt đen láy. Bé Bự luôn luôn phải được ở bên chàng. Những lúc ở nhà chàng ngồi đâu nó ngồi đó, thường trèo lên lòng mà ngồi. Tối nó cũng đòi nằm bên chàng và chàng phải quay mặt lại với nó không được trở mình. Có lúc nó còn đấu mặt vào mặt chàng mới chịu ngủ.

Nằm một lát mỏi chàng muốn trở mình, nó lại ngồi nhỏm dậy lật chàng sang phía nó. Không nhịn nổi, chàng phát cáu kêu lên:

- Khổ quá mất thôi.

Nhưng bé Bự nhất định đòi được chàng quay mặt lại. Nó còn nức nở:

- Ba quay mặt lại với con, ba ôm con ru con ngủ nghe, ba đừng đi với con mèo nghe.

Vừa nói con vừa sờ soạng tay trên mặt chàng, chàng lại la lên:

- Ừ thì thương, quí, chiều, cưng… khổ lắm.

Thấy bố la con khóc nức nở, chàng lại phải dỗ

dành. Đã hết đâu, trong lúc con bé Bự hành hạ chàng như vậy thì phía sau lưng chàng cu Hiền rúc vào ôm ấp, anh chàng Tuân ôm lấy chân chàng cũng nói: "ba thương con nghe". Anh chàng Thái hết chỗ chen bèn cũng cầm lấy bàn tay ấp lên mặt hít hà: "tay ba thơm quá."

Cứ như thế mà chàng nằm chịu trận. Tôi biết chàng muốn đọc mấy tờ báo hay quyển kiếm hiệp để trên đầu giường lắm nhưng không làm cách nào được, chàng bèn quay ra gây sự với tôi:

- Cô coi đó, chúng nó hành tôi đến nát người ra bây giờ. Đi làm về mệt muốn nghỉ một lát cũng chẳng được. Ở nhà chỉ dạy chúng nó làm khổ bố.

Chàng đổ tội cho tôi xúi con cái nhõng nhẽo như vậy. Tôi cười thích thú:

- Xin lỗi nghe. Không có huấn luyện chúng nó đâu. Tại anh ăn ở có… đức nên con cái nó thương anh, quí anh đó.

Chàng rên lên:

- Thương cái kiểu này tôi không muốn về nhà tí nào cả. Tôi đi cha nó đâu kiếm chỗ nằm cho khỏe.

Tôi thách thức:

- Anh có giỏi cứ đi đi. Anh mà xa chúng nó được một ngày tôi mất cho anh một ngàn xài chơi.

Chàng quay ra năn nỉ tôi:

- Cô nói chúng nó được thì bảo chúng dang ra cho tôi nằm nghỉ đi.

Tôi mỉa mai:

- Tôi ăn ở không có đức làm sao bảo chúng được. Chúng đâu có thương tôi.

Nói rồi tôi còn xúi con bé út Ánh Vân, ở nhà vẫn gọi là bé Vịt, trèo lên người chàng nữa.

Nhà bác Thân có bé gà, vì nó sanh vào năm con gà. Khi bác cho về chơi trong nhà cứ kêu bé nọ, bé kia lẫn lộn nên các con tôi đã đặt tên cho Ánh Vân là bé Vịt để khỏi lẫn lộn với bé gà vì trong nhà nhiều bé quá. Con bé Vịt cũng nghịch ngợm lắm.

Nó tuy chưa quyến luyến chàng nhiều nhưng thấy các anh chị nó ôm ấp ba, lại được tôi xúi, con nhỏ cũng líu lo nhào vào trèo lên người chàng, mà bước. Tình cảnh đó chàng chỉ còn cách đầu hàng.

Chàng nằm dượi ra, tay chân buông xuôi mặc tình cho các con nó trèo đầu, trèo cổ tranh giành nhau, chàng thở hắt ra như sắp... băng hà:

- Đó tụi bay muốn xẻ bố ra làm trăm mảnh cũng được. Bố chết sướng hơn.

Chàng chịu trận cho các con nó thương đến khi nào chàng năn nỉ tôi, đến khi nào tôi thấy chàng ngất ngư thiệt tình lúc đó tôi mới ra tay can thiệp. Tôi nói một câu là đám biểu tình xẹp ngay.

Tôi gọi tên từng đứa một rồi bảo:

- Thôi. Để bố nằm nghỉ. Cải lương vừa vừa chứ.

Thế là lũ nhỏ lần lượt, lồm cồm rút lui. Chúng có vẻ tiếc rẻ ngồi xung quanh nhìn bố. Lúc đó chàng mới thở phào thoát hiểm. Tôi bèn nói khích:

- Sao, hạnh phúc chứ anh?

Chàng gật đầu thều thào:

- Hạnh phước, Hạnh phước lắm.

Các con tôi nó tình cảm như vậy cho nên trong nhà mới có những danh từ thông dụng mà tôi cho là hết sức cải lương. Thí dụ cu Thái, đứa con được coi như là dữ nhất nhà. Thái thường luôn luôn bất bình, cau có với anh em. Chính Thái đã bàn ra những tiếng thương quí, chiều cưng… Thái hỏi.

- Bố thương con nghe.

- Ừ.

- Bố quí con nghe?

- Ừ.

- Bố chiều con nghe?

- Ừ.

- Bố cưng con nghe?

- Ừ.

- Bố thương con nhất nhà nghe?

- Ừ.

- Bố quí…

Chàng hết chịu nổi:

- Ờ, nhất nhà, lắm lắm, vô cùng, hết sức…

Tôi phì cười:

- Thế là bố con thi nhau sản xuất văn chương cải lương.

Từ đó tất cả các con tôi mỗi khi nhõng nhẽo với chàng đều tái diễn lại mẫu đối thoại thương, quí, chiều, cưng lắm lắm, vô cùng hết sức đó.

Thái là con thứ ba, nhưng Sơn đã không còn vì thế Thái lên hàng nhì. Khi tôi sinh Thái ở một nhà bảo sanh dưới Mỹ Tho nó là đứa con khôi ngô nhất, mũi cao nhất, trắng trẻo nhưng tràng hoa quấn cổ. Tôi có nghe nói đứa trẻ nào tràng hoa quấn cổ tính tình sẽ bướng bỉnh lắm. Quả nhiên Thái đã khó tính như vậy. Cu cậu chỉ ưa ngọt. Nó xung khắc với tất cả anh em nó trừ với con bé Vịt. Chàng thường nói với Thái:

- Con đối xử với anh em mích lòng nhiều lắm rồi đấy nhé. Liệu sửa đổi tính tình cho nhu mì điềm đạm chứ không ba buồn lắm.

Thái cãi:

- Con… nóng tính mà tụi nó không nhịn con.

Chàng buồn buồn:

- Con thử nhịn anh em trước coi. Ba muốn con

như thế. Con mà bớt dữ dần ba sẽ thương.

Nghe nói bố thương, cu cậu cảm động, mắt chớp chớp:

- Từ nay con hiền.

Nhưng mà tính nào vẫn tật ấy. Thái chỉ nhịn nhục được những lúc chàng nói tình cảm với nó. Ngày nào chúng cũng có xích mích với nhau. Đến nỗi chàng chịu không nổi, không biết xử ra sao, đành đưa cho tôi chỉ huy. Chàng ì ra để tôi răn dạy chúng vì thế dần dần các con tôi đã sợ tôi, và chúng chỉ quấn quít với chàng. Nhiều khi tôi làm cơm dưới bếp, chàng nằm khểnh ra đọc báo, lũ trẻ chơi với nhau, đánh nhau. Chàng dẹp không được. Chúng càng la hét ầm ĩ, chàng không biết làm cách nào can chúng ra bèn xuống bếp kêu tôi mách:

- Em có bảo tụi nó không này, đánh nhau rầm rầm trên nhà đó.

Tôi đang đầu tắt mặt tối, mệt đứt hơi, thấy chàng bất lực chạy xuống cầu cứu mình, tôi đâm cáu luôn với chàng:

- Thế anh là gì của chúng nó?

Chàng thị đầu nơi cánh cửa cười gượng:

- Là... tía.

- Tía mà không nói được con à?

Chàng thấy tôi hỏi móc như vậy càng chây ra, chàng mở luôn cửa bếp, cầm theo cả tờ báo trên tay đến bên tôi, hỉn hỉn cái mũi hỏi:

- Món gì thơm quá.

- Đậu rán.

Thế là chàng nhón tay bốc một miếng đưa lên miệng xuýt xoa ăn. Lũ trẻ vẫn đánh nhau trên nhà, chàng đã quên luôn cuộc xung đột đó, nói theo danh từ chính trị thời này, chàng đã quên mất cái thực tế đó để chỉ còn nhìn thấy cái thực thể là miếng đậu rán. Tôi cáu quá cầm chiếc đũa cả lên chỉ đàn con. Thế là chúng im ru cả, len lén lảng đi. Đứa nào bị ăn hiếp chưa đánh lại được chỉ còn cách tấm tức khóc. Lúc này chàng cầm một miếng đậu khác đem lên... cứu trợ đứa bị thua. Thế là yên. Và chàng cứ tiếp tục loanh quanh chảo đậu rán của tôi.

Tôi chê:

- Anh thật vô tích sự. Con mà cũng không trị được nó thì hòng trị ai.

Chàng trả lời cù nhầy:

- Tội gì mà trị cho chúng ghét. Để em nạt tụi nó giùm anh.

- Trời đất, con cái mà anh tránh né dạy chúng sao.

Chàng làm thêm miếng đậu nữa đứng lên bỏ đi để lại cho tôi câu nói thường lệ:

- Con hư tại mẹ…

Thế là trước mắt tôi, ngồi chảo đậu rán đang sôi, còn nồi cơm, còn cá kho, còn rau luộc hay dưa muối và đủ các món hầm bà lằng, còn có thêm cái trách nhiệm sừng sững về tương lai của các con tôi nữa. Trong khi chàng lại tiếp tục nằm đọc báo trên đi văng giữa một bầy con nheo nhóc.

Thái coi bộ chỉ hợp con bé Vịt. Nó tuy mắng mỏ em nhưng dù sao vẫn bế bồng dẫn dắt đi chơi. Chàng cũng khôn lắm, muốn cho Thái quí em hơn chàng nói:

- Cả nhà này chỉ có con bé Vịt là hợp với Thái. Anh em nó giống nhau.

Được khích lệ như vậy. Thái bế em đến vẹo sườn mà chỉ thở dài không dám kêu ca, cũng có lúc nó mắng em bằng những lời chua ngoa:

- Con chó nầy nặng như cùm, bắt người ta bế hoài.

Bé Vịt là đứa trẻ còm cõi nhất nhà. Nó gầy tong, gầy teo, thế mà Thái mắng mỏ nó như vậy.

Tuy nhiên Thái nó chịu nhịn nhục chơi với Vịt như thế cũng đã là đặc biệt lắm. Cần phải khuyến khích. Tôi nói:

- Em gầy ốm vậy mà con rủa em nặng sao.

Cu cậu cười quay đi, tỏ vẻ ân hận, nhưng cu cậu cũng cố nói thêm:

- Ai bảo nó bắt con bế hoài.

- Thì nó giống con, nó thương anh nên nó mới cho bế thế chứ.

Đối với những đứa khác, nhất là với Linh và với Khang, Thái kèn cựa từng tí. Có một lần anh em chúng xích mích nhau gì đó. Thái hùng hổ gây gổ. Chàng vỗ về nó:

- Thôi mà con, anh em thương mến nhau, lá lành đùm lá rách…

Đang uất ức. Thái la lên:

- Thời buổi này… không có anh em gì hết ba.

Tôi và chàng cùng sững người ngỡ ngàng. Thái học lớp nhì mà đã bắt chước ai nói năng như thế? Chàng kêu lên:

- Trời đất, con nói gì kỳ cục vậy Thái?

Thái có vẻ hối hận, cu cậu cúi xuống cười chúm chím cố nói:

- Chúng nó đâu có thương con.

Chàng ôn tồn:

- Thương chứ sao không. Anh em ruột thịt chứ đâu phải người dưng nước lã.

Câu nói của Thái bị chàng đem đi than thở với các bác. Chú Hoè một hôm ở dưới Cần Thơ lên chơi tìm đến hỏi lại:

- Đâu, đứa nào nói thời buổi này không có anh em gì!

Thái ngồi len lén nghe. Tôi biết tính nó vạ mồm, vạ miệng. Nóng nảy nên Thái hay nói tầm bậy, nhưng những lúc vui vẻ, những lúc nó được vuốt ve tình cảm, Thái lại tỏ ra dễ thương ngay. Sau lần hỏi của chú Hoè, Thái không dám nhắc đến câu nói đó nữa. Có lần nghe bố nhắc câu nói đó của Thái và than:

- Bố buồn quá.

Thái đã tỏ vẻ ân hận, nó hứa:

- Từ nay con không nói thế nữa, nhưng con không thương tụi nó.

Chàng lại phải giảng giải. Tôi ngồi nghe bố con họ nói chuyện lẩm cẩm với nhau thấy hết sức là nản.

Chàng chẳng có thái độ nào khó khăn với các con. Chàng chỉ biết dùng áp lực với chúng bằng cách nói:

- Đứa nào không ngoan ngoãn, không chăm học, đứa nào nói tầm bậy ba không thương.

Nghe chàng nói vậy lập tức Tuân, bé Bự lại sấn đến, vẻ mặt năn nỉ tội nghiệp.

- Bố thương con nghe?

Điệp khúc thương, quí, chiều, cưng lại bắt đầu. Vì Sơn không còn nên Thái kém Linh được hơn hai tuổi. Linh học đệ thất thì Thái học lớp nhì. Thái học cũng rất kém. Cu cậu phần nhiều gần bét. Tháng nào khá lắm lên được trung bình. Bài nó thuộc hàng ngày, nhưng ở lớp Thái chậm chạp, nói nhỏ, lại không ganh đua.

Đứa nào làm gì thì làm, Thái chỉ ngồi yên vì thế bị thua thiệt. Tôi vẫn thường giảng giải cho Thái về cái khôn nhà dại chợ của nó. Tôi thường trách:

- Ở nhà con kèn cựa các anh em con từng ly từng tí, khi ra ngoài, ở trường cũng như ngoài phố con lại sợ tụi nó sao? Như thế gọi là khôn nhà dại chợ đó.

Linh kể:

- Ở trường Thái bị tụi bạn nó bắt nạt hoài.

Anh chàng Khang gà tồ cũng nói chen vào:

- Hôm qua Thái bị thằng Tứng nó đấm.

Tôi nóng lòng tức tối:

- Từ hôm qua sao về không mách?

Thái nín thinh, tôi lại hỏi:

- Nó đánh vào đâu.

Thái gần khóc, chỉ tay vào bụng. Tôi tức điên lên:

- Có đau không?

Thái gật đầu. Tôi la lớn trong nhà:

- Chiều nay đi học chỉ cho bố, đứa nào đánh con để bố dần mặt nó cho nó sợ. Để nó đánh vào bụng như thế dập phổi ra chứ còn à.

Chàng đang coi báo thấy nhắc đến mình bèn buông tờ báo xuống bàn nhìn. Tôi nói:

- Chiều nay anh đưa con đi học kiếm thằng đánh con tát cho nó một cái rồi mách soeur để nó chừa đi. Nó đánh vào bụng Thái đó.

Chàng nhăn mặt, có lẽ chàng khó nghĩ về sứ mạng phải đi đánh đấm tôi vừa giao cho. Chàng hỏi Thái:

- Đau không?

Thái lại gật đầu, chàng hỏi một câu lãng xẹt:

- Sao con không tránh nó đi. Hay là con cũng có chọc ghẹo nó.

Thái lắc đầu:

- Không. Con không chơi với nó.

- Thế tại sao nó đánh con.

- Tự nhiên nó đánh con.

Chàng lẩm bẩm:

- Tự nhiên nó đánh con à. Lạ nhỉ?

Rồi chàng ngồi suy nghĩ tôi đoán chừng là chàng thắc mắc tìm hiểu cái sự kiện vô lý đó. Tự nhiên mà nó đánh, lời giải thích đó sẽ là một vấn đề suy nghĩ đối với chàng. Dĩ nhiên chàng sẽ quên thằng con bị đánh mà chỉ còn thắc mắc có vấn đề tại sao tự nhiên nó đánh. Tôi thấy vậy mới hỏi chàng:

- Anh tính sao chứ?

Chàng ậm ừ:

- Thế thằng Khang lúc đó đứng đâu mà không bênh anh mình, con?

Khang tỏ vẻ hùng hổ:

- Có mà ba. Con thấy nó đánh anh Thái con liệng cặp xuống… bay tới đấm nó một quả.

Tôi tỏ vẻ hài lòng:

- Thật không?

Khang hứng chí:

- Thiệt đó má.

- Rồi sao?

- Rồi nó không dám đánh anh mình nữa.

Chàng phì cười:

- Mà con đấm vào đâu.

- Con đấm sượt vai nó.

Tôi tiu nghỉu và chàng lấy làm thích thú lắm chàng nói:

- Ừ. Có đấm nó thì đấm giả bộ thôi đừng đấm

trúng nó đau. Cốt làm sao cho nó không dám đánh anh mình là được.

Tôi thấy chàng khuyên con... ngu như vậy dằn lòng không được. Tôi gay gắt:

- Đứa nào nó đánh mình, mình có quyền đánh lại nó, không việc gì phải đánh giả bộ. Khi nó đánh Thái nó có giả bộ đâu.

Chàng phàn nàn:

- Cứ dạy con dùng bạo lực hoài.

Tôi gây sự với chàng:

- Anh đừng bắt con nó chịu lép vế đừng bắt nó chịu thiệt thòi, sau này ra đời lại khổ.

Chàng chặc chặc lưỡi, không nói gì nữa. Tờ báo lại được cầm lên.

Thái tính tình như vậy nhưng Khang trái ngược hẳn. Ngoài đường Khang dám hung hăng bênh anh, bênh em nhưng ở trong nhà nó lại biết nhường nhịn. Thường cho ăn cái gì tôi đều chia đều cho các con, nhưng cũng có những trường hợp phần to, phần nhỏ.

Chẳng hạn sau bữa cơm, chàng lấy chuối ra phát cho các con. Mấy đứa kia tranh nhau chọn quả lớn và ngon. Khang bao giờ cũng lấy sau, quả cuối cùng có khi vừa nhỏ vừa thâm, cu cậu không phàn nàn gì cả lại còn khoe:

- Ô, tôi được quả nhỏ.

Trông Khang hí hửng khoe được quả nhỏ thật tức cười và tội nghiệp. Tôi nói:

- Cho con thêm quả nữa đó.

Khang lắc đầu:

- Con no rồi.

Khang lạ lắm. Chúng tôi vẫn gọi nó là thùng nước gạo. Bữa cơm, xong, còn đồ ăn hay dư một chén cơm Khang đã thôi rồi thấy vậy bèn nghiêng đầu cười hỏi:

- Con ăn hết nghe.

Tôi gật đầu:

- Ừ.

Thế là Khang ngồi lại vào mâm cơm dốc các đồ

ăn vào đĩa cơm ngồi xúc nhồm nhồm ăn hết. Cu cậu còn lý luận:

- Để thừa phí đi phải tội hé má. Tôi và chàng chỉ biết nhìn nhau tội nghiệp. Ăn xong, Khang đứng lên cùng với tôi và Linh dọn dẹp chén bát. Nó than:

- No quá.

Tôi nói:

- Sao lại ăn cố. Má tưởng con chưa no chứ.

Cu cậu ngúc ngắc cái đầu ngồi xuống rửa chén.

Khang được một cái là thông minh. Học rất chóng thuộc bài nhưng thường phải hối thúc nó mới học. Còn công việc nhà Khang biết làm hết. Có những lúc cả nhà ngồi nói chuyện, chàng tính kế hoạch hoạt động cho gia đình trong tương lai bèn chia nhiệm vụ cho các con. Chàng nói:

- Sau này lớn lên các con phải làm hết các công việc trong nhà. Linh là anh cả phải làm quản gia. Coi sóc tổng quát công việc nhà cho má.

Anh cu Thái láu táu nhận việc:

- Ba cho con lái xe.

LÁ XANH

Nghe nói lái xe, đứa nào cũng khoái bèn nhao nhao đòi làm việc đó. Cả đến con bé Vịt cũng ngọng nghẹo nói lên "xe, xe".

Chàng hỏi:

- Thế ai đi chợ, nấu cơm giặt đồ.

Khang nhận liền:

- Con giặt đồ.

Linh nhận thêm việc đi chợ. Tôi nói:

- Thế không giao công việc đi chợ cho con gái à?

Bé Bự liền được hỏi ý kiến:

- Bự có đi chợ không?

Cô nàng vùng vằng:

- Con chỉ thích đi chơi thôi.

Chàng và tôi cũng ngã ngửa, chàng hỏi:

- Thế con có thích đi học không?

Bự lắc đầu:

- Con lái xe đi chơi với bố.

Thái chua ngoa:

- Giỏi lắm! Chỉ bắt các anh làm thôi, má đẻ con trai ra trước, con gái ra sau, bao nhiêu việc con trai hầu chúng nó cả.

Chàng can gián:

- Em bé mà con.

Khang hí hửng:

- Con nấu cơm, rửa chén luôn cũng được.

Thế là Khang nhận nấu cơm rửa chén, giặt quần áo? Nhiều quá.

Tôi phân nhiệm:

- Thôi, má chia thế này. Linh coi sóc tổng quát cùng với Khang đi chợ nấu cơm, rửa chén, giặt đồ.

Chàng tiếp:

- Còn Thái lái xe, sửa xe, rửa xe, ủi đồ và lau nhà nghe.

Thái tỏ vẻ ớn việc, nó trợn mắt cười, tôi nói:

- Coi sóc chiếc xe đâu có nhiều, một tuần lễ đôi

ba lần chứ mấy, Thái nhận thêm việc ủi đồ và lau nhà là phải.

Chàng chỉ Tuân và Hiền:

- Thế còn hai cu này.

Hiền và Tuân nhao nhao:

- Con lái xe.

- Không được. Hiền và Tuân phụ với Thái trong việc lau nhà.

Hai đứa bé tiu nghỉu. Cu Khang nhảy tưng tưng lên thỉnh nguyện:

- Hay là cho con lau nhà.

Tôi cười:

- Con nhận nhiều việc thế làm sao hết. Bớt giặt quần áo của Khang giao cho Hiền. Giặt bằng máy đâu có mệt.

Chàng cãi:

- Mệt chớ sao không. Thôi để bố giặt quần áo.

Bé Bự lúc đó tự nhiên hăng hái:

- Con giặt quần áo với bố.

Tôi thấy con nhỏ thật dễ ghét. Bố nó làm gì nó cũng chạy theo ngay. Tôi bèn xách động:

- Cho mày theo bố luôn. Thế còn con Vịt, Vịt theo má làm gì.

Vịt ta gật đầu, miệng vẫn ngậm cái vú cao su. Mấy thằng anh cười phá lên chọc em:

- Nó ăn sữa. Bé Vịt chỉ biết ăn sữa, các anh pha chai dâng lên cho cô ấy ăn. Chàng nói:

- Thái lái xe thì phải đưa đón các em đi học.

Thái kêu trời đất:

- Lại làm tài xế cho hai công chúa ấy nữa.

Chàng chọc con:

- Ngày mai chú tài Thái đưa hai cô đi học, đến giờ tan trường, chú tài... lái xe đến cổng trường chờ cô. Trong khi chờ đợi chú tài không được cởi áo sơ mi ra nằm ngủ trên ghế mà phải lấy khăn lau xe cho bóng.

Hiền nghe thế bèn chế riễu:

- Ê, Thái phải lau xe.

Thái cáu ngay:

- Con không làm tài xế cho tụi nó đâu. Con chỉ làm tài xế cho ba thôi. Con chỉ đón bố. Con chỉ làm rô be cho bố.

Mấy đứa nhỏ lại nhao nhao:

- Tôi làm rô be cho bố.

Chàng nhìn tôi:

- Thế không có đứa nào săn sóc má sao?

Tất cả các con tôi đều im lặng. Tôi hiểu chúng im lặng như vậy là chúng không thích tôi.

Tôi xét trong lòng, nói như quát:

- Có đứa nào lái xe cho má không?

Lại im lặng. Các con tôi len lén nhìn chàng. Còn chàng khoái chí ngồi cười. Tôi càng tức, hỏi từng đứa một, bắt đầu là đứa lớn nhất:

- Linh, con lái xe cho má không?

Linh cười:

- Có

Tôi hỏi sang Thái, Khang, Tuân, Hiền, từng đứa một, lần lượt nói có, nhưng tôi biết trong bụng chúng không vui. Chúng vừa nói có vừa lén nhìn chàng, ý chừng chúng sợ bố chúng buồn. Tôi càng tức hơn:

- Nói thì nói thẳng việc gì mà sợ bố mày thế.

Rồi tôi hỏi con bé Bự:

- Lớn con đi làm nuôi ai.

Bé Bự ngây thơ nói ngay:

- Con đi làm nuôi bố.

Tôi quát:

- Nuôi bố thì đi với bố đi.

Con nhỏ rươm rướm nước mắt. Chàng kéo nó vào lòng, nó rúc vào ngực chàng tấm tức. Chàng vuốt ve con nói với tôi:

- Làm cho nó sợ như thế làm sao nó thương được.

Tôi than thở:

- Công lao mang nặng đẻ đau, rồi nuôi nấng lớn bây nhiêu kết cuộc đứa nào cũng bố, thương bố, đi làm nuôi bố. Còn mẹ nó ngồi đây cũng như không. Hỏi như thế làm sao không cáu được.

Chàng lừ mắt với tôi:

- Thì năn nỉ nó, nó sẽ thương chứ.

Tôi kêu lên:

- Trời đất, mẹ mà phải năn nỉ con nó mới thương sao.

Chàng lặng thinh. Trong nhà tôi, mỗi khi đem một chuyện gì ra nói, cuối cùng cũng dẫn đến tình trạng chúng nó xúm vào thương bố.

Trở lại chuyện phân chia công việc trong nhà mai sau khi các con tôi lớn, đó là một đề tài được chàng đem ra nói nhiều lần. Có lần chàng hỏi các con lớn lên thích làm gì. Anh cu Linh khi còn nhỏ đã hăng hái:

- Lớn lên đi lái xe buýt!

Cả nhà cười ồ. Trong khi các đứa khác đòi lái máy bay phản lực đi oanh tạc xe buýt, lái xe đua veo veo thì Linh chỉ ước vọng được lái xe buýt. Chàng nghe vậy khoái lắm, chàng reo lên:

- Được đấy. Lái xe buýt có ích lợi lắm.

Cu Linh chưa ý thức được ý bố, nói thêm:

- Xe buýt lớn, lái xe buýt con húc vào những xe đua của tụi nó.

Chàng nghe con có chí lớn như vậy bèn thất vọng ra mặt, chàng phàn nàn:

- Nói cái gì kỳ cục vậy. Lái xe buýt là phục vụ đồng bào chứ.

Tôi cười thích thú, đúng là bố nói gà, con nói Vịt. Chàng vốn thích cho các con nó có những ước vọng bình thường. Còn tôi, tôi lại thích các con tôi có những ước vọng cao xa. Như vậy mà đúng vào lúc chàng tưởng con khoái lái xe buýt để phục vụ đồng bào thì ông cả lại nhầm dùng xe buýt to lớn để húc vào xe đua của những đứa khác.

Riêng bé Bự, như đã nói chẳng thích làm gì cả "chỉ thích đi chơi với bố".

Chàng đi Vũng Tàu rất nhiều lần nhưng phần

nhiều là đi một mình. Nghe chàng kể lại trên bãi cát chàng ngồi hút thuốc nhìn sóng nước mênh mông, đến giờ cơm chàng về ăn rồi lại ra ra bãi ngồi tiếp. Từ bao nhiêu lần đi biển như thế chàng chưa hề xuống nước, chàng nói:

- Ngồi trên biển ráng hít thật nhiều gió vào lồng ngực để dành đó... xài dần cũng khỏe lắm.

Chàng đi chơi một mình như vậy có lẽ đến một hôm chàng cảm thấy ân hận nên rủ các con tôi đi theo. Nhằm những ngày nghỉ học tôi cho ba đứa lớn đi. Bố con ra biển rõn hai ngày, khi trở về ai nấy đen thui, chuyện trò bàn tán như pháo ran, nhắc lại những chuyện ngồi bãi biển. Rồi từ đó, bãi biển trở thành một nơi mộng ước của con tôi, đứa lớn cũng như đứa bé. Thấy chúng thích biển quá chàng dụ:

- Các con học giỏi bố sẽ cho đi biển hoài hoài.

Thế là chúng nhao nhao lên thích thú. Nhưng cũng chẳng thấy đứa nào lên được hạng nhất.

Tôi rất ngại đi biển. Đúng hơn là tôi cứ nghĩ đến tình cảnh con cái đông như hiện nay mà không dám đi. Sống trong nhà, mọi chuyện đều đã ngăn nắp cả, khi đi đâu đem lũ con theo tôi biết là sẽ có rất nhiều phiền phức. Vì thế chàng đã cho mấy đứa con đi biển một lần, có lẽ cũng thấy tội nghiệp tôi phải ở nhà nên ít lâu sau chàng lại đề nghị cho cả nhà đi biển. Vấn đề được đưa ra bàn cãi nhiều ngày cũng chưa đi đến quyết định. Tôi vẫn sợ những phiền phức nheo nhóc khi ra khỏi nhà. Chàng tán tỉnh mãi, nào là biển đẹp lắm, mát lắm, khí hậu ngoài biển tốt lắm lành lắm. Rồi các con tôi cũng hớn hở chờ đợi lệnh lên đường. Lúc đó tôi mới đánh liều đi theo chàng.

Tôi cho bốn đứa đi. Con bé Vịt ở nhà với bà ngoại cùng với hai thằng anh đã đi với chàng một lần rồi.

Được tôi chịu đi, chàng cũng có vẻ vui mừng. Chàng hô các con sắp quần áo. Chúng ào ào chạy đến tủ, chỉ có anh chàng Linh, biết phải ở nhà với bà ngoại nên ngồi yên nhìn theo tiếc rẻ. Khang gà tồ thấy vậy nghiêng đầu nói:

- Con ở nhà với anh Linh nghe.

Có đứa tình nguyện ở nhà, tôi bằng lòng ngay, Khang nhảy tưng tưng lên thích chí:

- Tôi được ở nhà coi em.

Mấy đứa được đi chê Khang:

- Tôi đi tắm biển nè.

Khang vẫn cười. Chúng tôi kéo nhau ra xe. Tới Vũng Tàu chàng thuê phòng ngủ xong bảo thay đồ tắm đi ra bãi ngay. Lúc đó tôi vẫn ngồi yên. Chàng giục:

- Thay áo tắm đi em.

Tôi cười, lắc đầu. Chàng mở va li tìm tòi. Rồi hỏi:

- Không mang bộ đồ tắm bố mua Singapore đi à?

Tôi lắc đầu. Chàng càu nhàu:

- Đi biển thế thì đi làm gì. Khăn tắm cũng không mang.

Khi lái xe qua chợ, chàng ngừng lại bảo tôi xuống mua áo tắm. Tôi dậm chân:

- Không. Em không mặc đồ tắm ở đây. Làm gì có màu đẹp, kiểu đẹp.

Chàng giục hai ba lần tôi vẫn ngồi ì trên xe. Chàng lái xe ra bãi sau.

Gió biển thổi vù vù. Tôi cảm thấy lạnh. Chàng ngó các con xuống nước. Tôi ngồi trên quán mua hạt sen bóc ăn, nhìn ra. Cả bãi biển người ta đông đảo, đùa rỡn chạy nhảy. Tôi thấy nhiều người đàn bà mặc nhiều kiểu áo tắm, họ đi lại tự nhiên trước mặt chàng. Còn tôi, tôi co ro trong áo quần ngồi đây. Tôi đã là kẻ vắng mặt trước chàng lúc này sao?

Nô đùa với các con hồi lâu, có lẽ chàng nhận ra tôi bị bỏ rơi trên quán, chàng dắt các con lên ngồi chung quanh tôi. Chàng kêu nước chúng uống xong bảo nhỏ tôi:

- Xuống tắm đi. Nước ấm lắm.

Tôi lắc đầu, chàng dỗ dành một lát thấy tôi chỉ ngồi yên chàng chép miệng:

- Ra biển mà ngồi co ro như bà già vậy. Sao em không mang chăn len ra đây quàng quanh người cho ấm luôn.

Tôi cũng nghe mình đã thiếu sót khi không phù hợp với hoàn cảnh cho chàng và các con vui.

LÁ XANH

Tôi nói với chàng:

- Da bụng em chưa mịn màng. Chửa nhiều quá nên nó nứt ra, lại mới đẻ con út hồi năm nay, da bụng chưa hết nhăn.

Chàng hiểu ra, chàng nói:

- Thì đi mua bộ áo tắm kín bụng.

Tôi lắc đầu. Chàng uống một ngụm cà phê. Xong chỉ ra bãi:

- Em thích kiểu áo tắm của ai.

Tôi nhìn khắp lượt bãi biển sặc sỡ:

- Không có kiểu nào em ưng ý cả. Em chưa thấy ai có chiếc áo tắm em muốn.

Chàng tỏ vẻ thất vọng. Trong hai ngày ở tại bãi biển, tôi chỉ ngồi trên quán nhìn chàng nô đùa với các con. Chúng bám vào cái phao ruột xe chàng giòng chúng ra xa, lũ trẻ kêu thét lên khoái trá.

Khi về tới nhà, chuyện tắm biển vẫn là những chuyện cha con họ bàn bạc nhau mãi không thôi. Cũng từ cuộc tắm biển đó, lũ con lại sản xuất những điệp khúc. Con bé Bự đang khóc nhè, chàng muốn nó nín bèn nói lớn:

- Hôm nào đi tắm biển nữa không?

Con nhỏ bớt khóc lắng nghe. Chàng hỏi tiếp:

- Ra biển tắm nước ngập tới đâu?

Thế là con bé quên luôn hờn khóc, nó đưa tay lên chỉ cằm nói:

- Con tắm nước lớn tới đây.

- Thế bé Bự thích ăn gì ngoài Vũng Tàu?

- Con thích ăn mì.

- Tắm phao màu gì?

- Phao màu vàng.

Cô nàng trả lời đến đây thì đã cười tươi tỉnh. Chàng có vẻ khoái cái trị đó. Chú tài xế của chú Hòe cho lũ con tôi một cái phao của hải quân Mỹ, màu vàng. Lũ trẻ khoái lắm. Vì thế trong cái điệp khúc mới có câu phao màu vàng. Và hễ trong nhà có đứa nào khóc hay xích mích nhau, chàng lại đem chuyện tắm biển ra hỏi. Lại nước lên tới cằm. Lại phao màu vàng. Cũng có khi chàng đang nằm nghĩ chuyện đâu đâu. Chợt chàng nhỏm dậy túm con bé Bự hỏi:

- Tắm biển nước lên đến đâu?

Bé Bự lập tức chỉ cằm mình:

- Nước lên đên đây:

- Con thương ai?

- Con thương ba.

Ấy đại khái hàng ngày tôi cứ phải nghe những câu đối thoại nhạt thếch đó của bố con họ. Tôi ngao ngán phê:

- Không gì cải lương bằng.

Không những họ cải lương với nhau như vậy mà thôi đâu, họ còn dùng những điệp khúc đó để lảng tránh hay lấn áp tôi. Có những trường hợp tôi bắt được chàng có lỗi gì đó, tôi trách chàng, chàng không biết làm sao trả lời bèn quay ra hỏi bé Bự:

- Con ra tắm biển Vũng Tàu nước lên tới đâu?

Con bé đâu có biết bị bố lợi dụng, nó cứ tưởng bố sắp cho đi Vũng Tàu nữa nên vui vẻ đặt ngón tay trỏ lên cằm làm mức nước biển. Chàng hỏi:

- Thế nước lên đến miệng thì sao?

Con nhỏ nhăn mặt:

- Mặn lắm bố.

Tôi đành chờ cho màn cải lương chấm dứt mới tấn công lại. Chàng biết không thể hát lại vở cũ đành chỉ xua tay xí xóa. Thực ra tôi cũng chẳng cần đòi hỏi chàng nhận lỗi bao giờ.

Mục đích của tôi là để chàng biết rằng tôi đã biết chàng đã sai lầm là được. Khốn nhưng như tôi đã nói, chàng vốn ngoan cố vô cùng. Có khi bị thua như thế chàng sinh ra ấm ức. Chàng ngồi suy nghĩ hồi lâu rồi tìm cách móc tôi. Chàng nói:

- Nuôi ăn cho béo thế kia, hai cánh tay mập tròn trắng ngộn, trông rất lực sĩ thế mà cái miệng chỉ biết chê trách.

Tôi may mắn được trời sinh có đôi cánh tay tròn trắng đẹp. Tôi cũng thường hài lòng về hai cánh tay mình. Nhưng tôi phải nói tránh đi:

- Anh có biết tại sao hai cánh tay em to thế

không?

Chàng càu nhàu:

- Thì tôi nói nuôi ăn khéo léo mà lại.

Tôi bĩu môi:

- Ăn gì mà bảo anh nuôi ăn. Tôi làm quần quật hàng ngày, lau nhà, giặt quần áo, ủi đồ, rửa xe, đi chợ xách giỏ... nên cánh tay nó mới nở nang như thế này chứ bộ nhà anh nuôi ăn đấy.

Nói vậy chứ tôi cũng khoái trong bụng, ít ra chàng cũng đã thấy được ở tôi có đôi cánh tay tròn lẳn đẹp đẽ. Nhưng tôi lại nghe chàng nói tiếp:

- Nếu vậy em lại càng phải làm việc nhiều. Xe hơi hình như cả tuần nay không rửa.

Tôi kêu lên:

- Tôi đâu phải mọi. Hành tôi vừa vừa thôi chứ. Anh xài xe anh rửa lấy.

- Anh muốn em giữ được cánh tay tròn đẹp mà.

- Đừng có khéo xúi dại.

Chiếc xe hơi chàng đi làm thật là bẩn. Nếu tôi

không rửa hoặc tôi không giục chàng đi cây xăng rửa xe, vô dầu mỡ, chiếc xe sẽ ngày này qua ngày khác để bẩn thỉu, bụi bặm như xe nhà binh hành quân về vậy. Lắm khi giục chàng, chàng còn chặc lưỡi chỉ lên trời mà nói:

- Trời sắp mưa rồi.

Chàng có ý chờ trời mưa rửa xe giùm chàng luôn.

Thỉnh thoảng ngày nghỉ chàng để xe ở nhà tôi vẫn kiếm điểm với chàng bằng cách động viên mấy đứa con tôi ra rửa xe cho chàng.

Trong khi mấy mẹ con tưng bừng rửa xe, chàng ngồi trên trụ đá sau nhà hút thuốc và xem. Khi chiếc xe bóng loáng, mẹ con tôi ngồi thở thì chàng phát lời khen tặng. Sau đó chàng còn nói:

- Em biết châm nhớt máy, nước bình, nước máy không?

Tôi lườm, chàng vẫn tỉnh bơ:

- Em mở nắp xe lên, anh chỉ cách cho.

Thế rồi chàng đi khoe tùm lum với các bác là

tôi đã biết châm nhớt máy, nước bình. Một lần các bác dưới Cần Thơ lên chơi, trong khi tôi đang kể tội của chàng với các bác, chàng ngắt lời nói:

- Thùng nhớt 30 anh để sau "cốp" xe đó, khi nào em thấy trên cái thước đo nhớt đã xuống dưới lằn khía có chữ Full tức là thiếu nhớt, phải chế thêm vào.

Chàng nói thật tỉnh bơ, như là chàng đã coi việc chăm sóc chiếc xe cũng là việc chính thức của tôi vậy. Chàng làm như tôi có bổn phận phải rửa xe, phải coi dầu nhớt, nước trong xe. Cũng may là chưa có lần nào xe của chàng nằm dọc đường mà khi về chàng đổ tội cho tôi. Trong khi chàng đang chỉ vẽ cho tôi cách thức châm nhớt máy, tôi chỉ nhìn các bác lắc đầu. Còn các bác cũng phì cười trước ông em… lạnh lùng như vậy. Khi chàng nói xong bác mới nói:

- Sao không đưa cây xăng họ làm cho.

Chàng phì cười thích chí:

- Đưa cây xăng vừa tốn tiền mà lại không vui.

Bác cự:

- Vừa vừa chứ. Tôi thấy chú hành hạ thím ấy hơi nhiều rồi đó.

Chàng cười bảo tôi:

- Em phải học lái xe nữa mới được. Sáng ra…

Chàng sắp nhắc lại điệp khúc về tôi: "Chàng sẽ kể công việc định giao cho tôi. Bài này tôi đã bị chàng cho nghe quá nhiều rồi, đến nỗi tôi cũng đã nằm lòng: Này nhé sáng ra tôi phải thức dậy sớm nhất nhà, đặt nước sôi pha cà phê, pha sữa xong lên đánh thức ông chủ và các cậu các cô dậy, rửa mặt đánh răng cho ông chủ và các cô các cậu xong mời cà phê, mời sữa. Rồi lái xe ra khỏi ga ra đậu trước nhà, đợi ông chủ, các cậu cô lên xe thì lái đưa đi học và đi làm.

Xong xuôi rồi tôi lái xe ra chợ mua đồ về làm cơm. Buổi sáng ở nhà, chàng giao cho tôi những công việc nào là nấu ăn, lau nhà, giặt đồ, ủi đồ, rửa xe. Ngoài ra khoảng mười giờ chàng còn bắt tôi phải gọi điện thoại hỏi chàng xem "anh có mạnh khỏe không, có vui không?". Đến trưa, tôi lại làm cái công việc đi đón các cô, các cậu và chàng về. Ăn cơm trưa xong mấy bố con họ đi nghỉ còn tôi… rửa bát, lau xe!

Đó, thời khắc biểu mà chàng sắp nói ra đại khái như thế, cho nên tôi mới nghe câu đầu là phải chặn ngay:

- Thôi đi. Đừng có xỉ nhục tôi.

Tôi quay ra mách bác:

- Ảnh dự tính bao nhiêu công việc trong nhà đổ lên đầu em hết.

Bác Bính gái nói:

- Chú ấy làm ra vậy chứ chú ấy thương thím nhất mà.

Hình như chàng mừng lắm khi được hỗ trợ như vậy.

Chàng nói:

- Đúng đó. Em thấy chưa. Cứ kêu ca hoài. Tôi thương em mà em không biết.

Tôi trề môi:

- Thương mà hành hạ vậy.

Chàng chặc lưỡi chỉ vào ngực mình:

- Thương là thương trong lòng. Thương để trong lòng đâu có nói ra, em đừng xét đoán theo bên ngoài.

- Thôi đi anh, đừng có lý luận. Thương thì phải tử tế, phải lo thu xếp cho vợ con.

Chàng không nói gì, nhưng từ đó chàng nhất định tin rằng mình đã thương vợ con và thương trong lòng. Hằng ngày chàng vẫn nhởn nhơ thanh thản như không.

Một lần tôi đau, ngày thứ nhất, ngày thứ hai, ngày thứ ba, vẫn chẳng thấy chàng hỏi han gì tới tôi. Ở sở về chàng tắm rửa xong lên phòng thấy tôi nằm đắp chăn. Chàng tỉnh bơ lấy sách báo ra đọc.

Tôi tức quá cự nự:

- Tôi đau nè.

Chàng vẫn không rời tờ báo:

- Thế hả?

Tôi không nhịn được nữa gây gổ:

- Đau từ ba bữa nay anh biết không?

Chàng vẫn đọc tiếp, hỏi:

- Đau gì đó.

- Không biết.

Thế rồi lặng im. Tôi liếc nhìn thấy chàng vẫn đang say mê với sách báo. Tôi muốn khóc:

- Anh chẳng săn sóc gì tôi cả.

Chàng quay nhìn tôi:

- Uống thuốc chưa?

- Chưa.

- Sao không uống thuốc đi?

- Tôi biết thuốc gì mà uống?

- Thì… đau bịnh gì uống thuốc đó.

Tôi cáu:

- Em đâu phải bác sỹ.

- Thì anh cũng đâu phải bác sỹ.

Tôi giận quá. Trong lòng tôi đâu có đòi hỏi gì

nhiều ở chàng, chỉ một hai câu hỏi han săn sóc gì đó, chỉ một cử chỉ gì đó của chàng. Chẳng hạn chàng lấy thuốc aspro cho tôi uống, chẳng hạn chàng đặt tay lên trán tôi coi nóng lạnh ra sao, chẳng hạn chàng đặt tôi nằm đắp chăn cho tôi khỏi lạnh chân. Rồi hỏi tôi có muốn ăn gì không? Có đi bác sỹ hay ông lang không? Đại khái là thế. Thật là dễ ợt. Và tôi có thể khỏi bệnh tức thì. Vậy mà chàng không làm thế. Chàng cứ chăm chú vào sách báo và trả lời ỡm ờ. Và tôi lại phải ốm đau thêm vài ba ngày nữa mới khỏi được. Có những lần tôi đau, tôi cũng trách chàng không săn sóc thuốc thang, chàng bực quá bốc điện thoại gọi số của bác sỹ Hanh: Kể lể bệnh của tôi qua điện thoại cho anh Hanh nghe. Xong rồi, thưa quí độc giả, quí vị có biết sự gì sẽ xảy ra sau đó không. Chàng và anh Hanh nói chuyện chính trị với nhau qua điện thoại cả giờ. Hết tình hình trong nước lại đến tình hình quốc tế. Có khi còn bàn cả đến những chuyện tự trị đại học, chuyện trồng cây nuôi gà của chị Hanh. Chàng nói chuyện và cười cứ như trong nhà không có ai đau ốm vậy. Tôi nằm gần đó cũng lắng tai nghe những lời nói của chàng.

Tôi xem chàng ngồi hút thuốc nói chuyện và tôi nhận ra rằng lúc đó anh Hanh chính là quyển sách thay thế cho quyển sách mà chàng phải bỏ dở.

Đến khi cúp điện thoại dường như chàng mới nhớ ra tôi đang đau và chàng đã vừa điện thoại khai bịnh với bác sỹ. Chàng có vẻ vội vã chạy ra xe lái đi. Thưa quí vị, chàng đi lấy thuốc cho tôi đó. Nhưng cũng khoảng một giờ sau chàng mới về, mặc dù nhà bác sỹ Hanh chỉ cách đó có mấy trăm thước. Tôi đoán là chàng sẽ lại cùng với anh Hanh nói chuyện nữa. Và chắc chắn là trong câu chuyện phần kể bệnh của tôi cho bác sỹ nghe chỉ nhiều lắm là hai câu. Lúc chàng về thường là ôm một mớ lỉnh kỉnh những hộp thuốc mẫu biếu. Có lần mặt chàng lại đỏ gay vì anh Hanh cho chàng uống rượu, một thứ rượu quí nào đó mà anh mới có.

Chàng phe lờ chuyện đi lâu, phe lờ chuyện mặt đỏ gay. Chàng rỡ thuốc cho tôi uống. Thường thì thuốc an thần, thuốc cảm và thuốc bổ. Những thứ thuốc này chàng đã chất đầy trong tủ lạnh. Cũng đều bác sỹ Hanh cho trước đây. Chàng cho tôi uống thuốc xong xoa tay:

- Khỏi rồi. Anh Hanh cho thuốc thì xuya lắm.

Thưa quí vị độc giả. Ấy thế mà tôi lại khỏi bệnh mới khổ chứ. Và khi tôi ngồi dậy được rồi chàng hỏi:

- Em ăn phở không anh đi mua.

Tôi thích ăn phở, có thể nói là món ăn phổ thông đối với tôi. Nhưng tôi thương chàng, đâu có muốn chàng phải vất vả mua về. Tôi ra xe đi ăn cùng với chàng. Dĩ nhiên chàng không ốm đau, cơm nước như thường nhưng trong cái… tiệc phở đó chàng vẫn tham dự đầy đủ với một tô lớn tái nạm mỡ nước béo có nhiều hành và giá trụng. Tôi ăn xong tô phở, mồ hôi vã ra, coi như khỏi hết bịnh. Chàng săn sóc:

-Em ăn một tô nữa nhé.

Câu hỏi của chàng làm tôi mắc cở. Có thể chàng hỏi tự nhiên nhưng tôi nhớ ngay đến một kỷ niệm cũ.

Hồi chúng tôi mới quen nhau. Một hôm chàng rủ tôi đi ăn phở. Quả thật thì sáng hôm đó tôi khá đói. Vì thế khi chàng ép tôi ăn thêm một tô nữa tôi đã vui vẻ gật đầu. Mỗi tô phở có bao nhiêu bánh đâu. Nhưng khốn nỗi dù sao tôi cũng đã mang tiếng với chàng là đã ăn hai tô. Sự hớ hênh của tôi đã là đề tài cho chàng chế riễu nhiều lần sau này. Khi lấy nhau rồi nếu lúc nào có chuyện vợ chồng xích mích, chàng nghĩ mãi không tìm ra chuyện để trách tôi, chàng liền nhắc lại chuyện cũ:

- Thật té ngửa cũng không hết hồn bằng.

- Anh nói gì?

- Cô còn nhớ tiệm phở ở đường PBC không. Hồi mình mới yêu nhau đi ăn phở cô cả gan biểu diễn 2 tô liền. Thú thật lần đó tôi sợ quá. Hồi đó tôi đã tính bỏ không lấy vì sợ tán gia bại sản bởi khả năng ăn sáng của cô.

Tôi nghe chàng nói mà tái mặt, thật tôi không ngờ rằng một chút yếu lòng của mình, một lần tự nhiên cởi mở của mình vui vẻ ăn hai tô phở theo sự mời mọc của chàng mà đến nỗi tiếng xấu muôn đời. Tôi cãi:

- Anh… xấu lắm. Anh mời mọc tôi, anh nài ép tôi, tôi nể anh mà ăn thêm một tô, tôi ăn cho anh vui, ai ngờ anh… bần tiện, anh thù dai anh đặt bẫy cho tôi sa vào rồi cứ thế mà nhắc lại. Tôi hỏi từ ngày lấy anh đến giờ tôi có ăn quà, ăn bánh bao giờ đâu. Và từ ngày đó đến nay, mỗi khi đi ăn phở có bao giờ tôi ăn 2 tô nữa đâu. Trong khi đó anh ăn thả dàn.

Chàng cố ý chọc tức tôi:

- Thôi, chỉ kể một lần đầu cũng đã tảng thần đời tôi rồi. Ai đời mới gặp nhau, mới yêu nhau, vậy mà nàng đã biểu diễn ngay một lúc hai tô phở vĩ đại. Hồi đó tôi đã chắc trong bụng là sau khi cưới rồi, em sẽ ăn ba hoặc bốn tô mỗi sáng không chừng và tôi đã tính đến chuyện bán nhà, bán cửa để trả tiền ăn sáng cho em.

Tôi la lên:

- Anh có nhà cửa nào đâu mà bán.

Chàng cười:

- Vì tôi bất ngờ quá nên hoảng. Em thử nghĩ coi một người yêu bé nhỏ ăn một lúc hai tô phở.

Tôi ngắt lời chàng:

- Đã vậy từ nay tôi nhịn ăn cho chết luôn để

anh khỏi trả tiền. Anh làm giàu. Ai đời thù dai thế cơ chứ.

Chàng chỉ cười lắc đầu:

- Khiếp thật. Người yêu ăn hai tô phở.

Tôi không biết rằng chàng đã thú vị vì đánh lạc hướng tôi. Tôi quên mất chuyện đang trách chàng mà trở nên nạn nhân của chàng trách.

Tôi tức tối và khi nghĩ ra thủ đoạn của chàng thì cậu chuyện đã nhạt đi. Tôi không còn lý do để trở lại nữa.

Tiện đây tôi cũng khuyên các bạn gái chưa đi lấy chồng hay sắp đi lấy chồng. Nếu các bạn đang có một người yêu, các bạn nên cẩn thận đề phòng chàng của các bạn. Có thể họ tử tế mời mọc ép buộc mình ăn hai tô phở đó. Quí bạn hãy từ chối ngay. Ăn một tô thôi, và một tô đó bạn cũng hãy chừa lại một nửa. Ra cái điều mình khảnh ăn. Ra cái điều mình liễu yếu đào tơ. Dù có đói bụng một chút cũng nên chịu. Còn hơn là để sau này họ đem chuyện đó ra nói mãi.

Chàng còn chế nhạo tôi bằng cách dẫn tôi đi ăn

phở và đặt tên món phở là phochinvitine. Tôi kêu đau, chàng sờ trán rồi chắc lưỡi:

- Đi bác sỹ.

Tôi mừng vì thấy chàng săn sóc khác với mọi khi. Tôi theo chàng ra xe. Thay vì tới phòng mạch hay đến anh chị bác sỹ Hanh chàng đậu xe trước một hàng phở quen, mở cửa xe dắt tôi vào tiệm. Chàng kêu hai tô phở rồi thì thầm bên tai tôi:

- Thuốc này hay lắm. Penniciline trị bá chứng, ăn vào một tô khỏi bịnh liền, ăn vào hai tô chắc khỏe hẳn lên, ăn vào ba tô…

Tôi vùng vằng:

- Không ăn.

Chàng dỗ dành. Và thế là tôi ăn. Cũng bởi tại tôi nghiện phở… Nhưng tôi ngây thơ ra dấu hiệu:

- Em ăn thì từ nay trở đi anh không được đem chuyện hai tô phở ra xỉ nhục em nữa nhé.

Chàng khôn lắm nói ngay:

- Tại em cứ gây với anh. Anh bị em gây sự, kẹt quá không có chuyện gì để tố lại anh phải nhờ hai tô phở chứ. Nếu em đừng gây gổ nữa anh đâu có nhắc tới vụ đó làm chi.

Thế là tôi gật đầu hứa từ nay sẽ không kiếm chuyện nữa. Thế có tức không? Tôi đã thua một cách thê thảm.

Hàng phở mà gia đình chúng tôi thường ăn là một hàng phở ở đầu ngõ cư xá Chu Mạnh Trinh. Sở dĩ chúng tôi biết hàng phở này là vì nó ở gần một nhà bảo sanh. Tôi đã bốn lần đến sinh tại nhà bảo sanh này. Trong những thời gian nằm tại nhà bảo sanh đó, tôi đã ăn phở mua từ quán này. Và tôi thấy phở ở đây thật ngon. Sau đó mỗi khi đi ăn phở, tôi đều đến quán này. Quán phở ở đầu ngõ, một mái tôn dựng kế bên hông nhà, ba bốn chiếc bàn và một thùng phở. Quán khá đông khách. Nhưng có lẽ trong đám khách quen của nhà hàng phở chỉ có gia đình tôi là đông con. Vì thế cứ mỗi sáng chủ nhật chàng đưa tôi và các con đi lễ nhà thờ xong, cả nhà lại kéo ra hàng phở quen thuộc làm một chầu. Chuyện này đã trở nên thói quen đến nỗi các con tôi đã ghép việc đi lễ chung với việc ăn phở. Hiền thường nói:

- Ngày mai chủ nhật nghỉ, đi lễ và đi ăn phở.

Hoặc là sau khi ở nhà thờ ra, chàng đang mở máy xe Hiền đã nói ngay:

- Rồi bây giờ đi ăn phở.

Cứ như thế, bà chủ quán cũng đã coi gia đình tôi là khách quen, thấy xe vừa đậu bên kia ngõ, bà ta đã nói ngay với người làm:

- Sắp bàn ghế cho bà đông con.

Hàng phở cũng đã thuộc làu ý thích của gia đình tôi. Chàng ăn một tô lớn, tái nạm mỡ, nước béo, nhiều hành. Còn tôi, tái nạm dòn nước trong. Trong số 7 đứa con tôi 3 đứa lớn cũng ăn tô lớn tái chín, mấy đứa còn lại ăn tô nhỏ. Cứ như thế, thấy chúng tôi tới, bà chủ tiệm làm phở liền.

Cái hỗn danh bà đông con của bà hàng phở đặt cho tôi làm chàng tủm tỉm cười:

- Đem giá trụng cho bà đông con.

- Thêm chanh ớt cho bà đông con.

Chàng ghé tai tôi nói nhỏ:

LÁ XANH

- Này bà đông con, bà có nghe người ta nhắc đến bà đó không?

Tôi chỉ cười. Hôm nào chúng tôi tới hàng phở vắng khách còn đỡ vất vả, gặp lúc hàng đông người ăn, chúng tôi xuống xe rồi còn phải đứng chờ, bởi vì gia đình tôi phải nguyên một bàn kê thêm ghế mới đủ. Khi kiếm được bàn trống rồi chàng bắt đầu rút tờ báo ra đọc và hút thuốc. Còn tôi phải lau muỗng cho lũ trẻ. Nói là lau muỗng cho lũ trẻ chứ trong số muỗng phải lau có cả muỗng của chàng. Khi phở mang ra tôi nặn chanh, châm mắm, cho tương ớt vào khắp lượt cho các con tôi. Tô của chàng tôi còn phải nhặt rau thơm, ngò gai cho chàng nữa. Rồi chàng và các con tôi ào ào ăn phở. Còn tôi phải đút phở cho con bé Bự. Thường thường tôi phải ăn sau. Phở của tôi luôn luôn phải nóng cho nên khi nào bà hàng phở cũng hỏi tôi đã ăn chưa rồi mới làm. Tôi lựa lúc chàng ăn vừa xong là trao ngay nhiệm vụ săn sóc con bé Bự. Đám trẻ cũng ăn rất nhanh. Riêng Tuân và Khanh thường ăn hết cả cái lẫn nước.

Những sáng chủ nhật như thế, ở hàng phở ra, chàng thường tự động lái xe quẹo về phía nhà bác

Lễ. Hôm nào chàng ra bộ hỏi đi đâu, lập tức các con tôi cũng nói ngay:

- Lại bác Lễ.

Nói cho cùng thì chúng tôi cũng chẳng có chỗ nào đến chơi ngoài nhà bác Lễ ra vì thế có thể nói mỗi tuần chúng tôi kéo lại nhà bác hai ba lần. Thường là buổi tối. Ban ngày chàng đi làm vắng mẹ con tôi ở nhà, tối đến chàng về, chúng tôi thường là muốn ra khỏi nhà cho khoảng khoát. Hôm nào chàng bằng lòng thì nói:

- Ăn cơm xong cho đi một vòng.

Chỉ một câu nói của chàng như thế mà các con tôi cũng nhao nhao lên vui mừng. Mà đi một vòng chỉ có nghĩa là lên xe ra phố tới nhà bác Lễ.

Trong số các con tôi. Tuân và Linh "se" nhau nhất cho nên chúng thường ở nhà, Tuân hỏi:

- Linh có đi hay ở nhà?

- Linh ở nhà.

- Thế tôi ở nhà với Linh tối ngủ Linh cho tôi cầm tay nghe.

LÁ XANH

Anh cu Tuân nghiện món cầm tay khi ngủ. Hai anh em nó luôn luôn ngủ chung một giường và anh chàng Linh phải đưa bàn tay cho Tuân mân mê. Tuân và Linh "se" nhau nhất trong số các anh em nó. Cũng có khi sắp đi chơi, Tuân hỏi chàng:

- Bố cho đi một vòng à?

- Ừ.

- Má có có đi không?

- Có.

- Thế thì con ở nhà với anh Linh.

Tôi đang mặc áo thấy nó nói vậy, tức tối hỏi:

- Sao có má đi con lại ở nhà?

Cu cậu có lẽ biết làm tôi phật ý, nó yên lặng. Tôi hỏi:

- Má hỏi sao không nói?

Tuân lấm lét sau chàng. Chàng có vẻ khoái lắm, tủm tỉm cười. Khi ra tới xe rồi chàng mới nói:

- Ăn ở làm sao mà đến nỗi con nó lánh mặt nữa.

Tôi cự lại chàng:

- Anh đừng nói xuyên tạc. Nó muốn cho ba má nó thảnh thơi nên ở nhà đấy chứ.

Chàng vẫn tỏ vẻ đắc chí, có nghĩa là chàng vẫn cho rằng Tuân nó lánh mặt tôi. Anh chàng này tính tình cũng lạ lắm. nguyên nó đã hai lần ốm nặng suýt chết. Chàng đã phải bế nó đi bịnh viện và nằm trong đó với nó. Tôi vẫn cho rằng nó bị chết đi sống lại nên sinh ra ngớ ngẩn. Tuân lại để tóc dài, chàng muốn thế. Ở trường bạn bè vẫn gọi Tuân là hippi choai choai. Điện thoại ở nhà thỉnh thoảng có chuông reo gọi hippi choai choai. Hỏi ra mới biết cu cậu đi học cho số điện thoại mấy đứa bạn rồi chúng về nhà gọi chọc chơi. Chàng kể lại khi nhấc điện thoại lên nghe thấy con nít cười khúc khích trong đó.

Anh chàng Tuân còn mấy hành động vá trời nữa. Một lần Tuân đem cái cối giã trầu bằng đồng của bà ngoại bán cho thằng nhỏ hàng xóm lấy 5 đồng. Đến khi bà ăn trầu tìm mãi không thấy. Hiền mách, bà phải bắt Tuân dẫn đến nhà thằng bạn đó cho bà dỗ nó, chuộc lại năm đồng cái cối giã trầu.

Còn một lần nữa sáng sớm Tuân đi học không kịp ăn, tôi gói cho nó khúc bánh mì ba tê. Tuân ăn hết một nửa còn một nửa đem bán cho một đứa cùng lớp lấy hai đồng. Chuyện cũng bị Hiền phát giác, báo cáo với tôi. Hỏi mãi Tuân chối đến khi chàng dỗ dành:

- Từ nay đừng bán như vậy nữa nghe con, tụi bạn nó chê cười cho. Khúc bánh mì mấy chục bạc ăn cho no sao lại bán có một đồng…

Tuân cãi ngay:

- Con bán… hai đồng.

- Hai đồng cũng không thèm. Con đâu cần giữ tiền. Cái cối giã trầu của bà cả mấy trăm bạc đem bán có năm đồng rồi bà lấy đồ đâu giã trầu. Không có trầu ăn, bà buồn đó. Tuân có vẻ cảm động, cu cậu chúi vào lòng bố rúc rúc nhõng nhẽo.

Tuy vậy trong mấy đứa con chỉ có Tuân và Hiền học khá. Lớp Tuân sáu chục đứa trẻ, Tuân xếp hạng hai mươi rồi lên mười chín. Hippi choai choai ít bị "ốc rô". Còn Hiền học mẫu giáo nên chưa có sắp hạng, mỗi sáng soeur giáo viên phát cho mỗi trị một tấm phiếu điểm. Phiếu có 4 loại, màu vàng là kém, màu xanh lá cây thường, màu xanh da trời khá và màu hồng giỏi. Từ đầu năm Hiền luôn luôn được màu xanh da trời. Cu cậu rất buồn vì chưa được màu hồng. Trong phiếu điểm của Hiền, soeur giáo viên phê hạnh kiểm, chuyên cần và sạch sẽ đều khá cả. Hôm nào trả bài không được mười, dù là chín điểm thôi Hiền có vẻ buồn bã. Chàng có vẻ hãnh diện về cậu con trai út này. Chàng cũng nhận luôn là nó giống chàng, dĩ nhiên những đứa bị "ốc rô" hoặc gần bét lớp chàng đổ tại giống tôi.

Bé Bự chưa đi học nhưng cũng đã khoái phiếu điểm màu hồng, nó nói:

- Con đi học cũng có phiếu màu hồng.

Chàng dỗ dành:

- Tết vào con đi học nhé.

Cô nàng vùng vằng:

- Con đi học với bố.

Tôi phì cười:

- Đó, nó đòi anh phải đi học với nó. Thôi, sang năm anh đưa nó đi học rồi ngồi trong lớp với nó luôn.

- Thế em lái xe đưa đón bố con anh nghe.

- Ngon nhỉ. Cho anh vườn trẻ rồi cô giáo mãi lo dạy cho anh làm sao còn thì giờ dạy con tôi.

Chàng ngồi nghệt mặt ra, hình như cũng có vẻ suy nghĩ đến một trường hợp như thế. Tôi bèn làm mặt giận chàng mới tươi tỉnh lại.

Trời cuối năm lại rất nóng, mấy đứa con tôi bị cúm. Nhất là con bé Vịt vốn đã gầy yếu èo uột, bị bịnh cúm nó càng tiêu điều hoài. Vịt không ăn uống nữa. Thỉnh thoảng ép mãi nó mới uống chút nước trái cam. Mũi chảy ra suốt ngày và khóc rưới rượi. Tôi và Linh thay nhau bế nó. Còn chàng không hiểu sao con nhỏ lại không chịu theo thế là chàng... khỏe ru. Tôi bế con có lúc mỏi rã cánh, đưa nhờ chàng bế đỡ hộ một lát, Vịt lại khóc toáng lên. Tôi đành lãnh đủ. Đã vậy chàng nằm bên cạnh còn chọc nó. Coi báo một lát có lẽ mỏi tay chàng thả tờ báo xuống quay sang Vịt hỏi nựng:

- Ai mắng con? Má hả? Má mắng con hả. Ai mắng con chỉ đụng bố coi.

Đang đau ốm khó chịu, bị quấy rầy con Vịt lại khóc toáng lên. Tôi gây sự với chàng:

- Anh chọc nó khóc thì dỗ nó đi. Nó đang ngồi yên thì bầy vẽ đãi bôi hỏi han vớ vẩn.

Chàng rụt tay lại:

- Anh bế nó không chịu.

- Vậy sao còn chọc vào làm chi.

- Thương.

- Thôi, đừng có đãi bôi nữa.

Thế là chàng lại tiếp tục đọc báo. Còn tôi, tôi phải lo nựng cho con tôi nín đi.

Khang cũng bị cúm mấy ngày phải nghỉ học ở nhà, săn sóc thuốc cho con theo những chỉ thị của bác sỹ Hanh. Chàng mua sắm một số thuốc loại Suppositoie để trong tủ lạnh, mỗi khi có đứa nào ho cảm chàng lại tùy bịnh trạng của chúng mà chữa lấy. Một thời gian như vậy chàng bèn tự đắc:

- Tôi trở thành bác sỹ rồi. Tôi chữa bịnh còn mát tay hơn bác sỹ nổi tiếng nữa.

Rồi chàng nói với anh Hanh:

- Để em phải thuê một căn nhà kế bên phòng mạch của anh rồi tranh khách với anh mới được.

Anh Hanh lại vốn vui tính, anh nói đùa:

- Thôi chú thay tôi ở phòng mạch này luôn.

Tôi trách:

- Tại anh chẳng chịu theo học tới nơi tới chốn. Anh chỉ mải mê đi làm những gì đâu đâu.

Chàng bĩu môi:

- Không là bác sỹ nhưng biết chữa bịnh là hay rồi. Tôi đã cứu sống cô nhiều lần rồi đó sao.

Chả là một lần tôi bị đau nặng, chàng đi vắng, khi về thấy tôi nằm liệt giường chàng hốt hoảng hỏi:

- Sao vậy.

Tôi không mở được mắt nữa chỉ lắc đầu. Chàng bèn bế tôi ra xe chở đến bịnh viện. Bác sỹ điều trị chẩn mạch chích thuốc xong cho đưa tôi vào phòng lạnh. Ông ta nói với chàng:

- Chậm chút nữa thì không kịp.

Khi tôi khỏi chàng bèn rầy rà tôi về tội lì. Nhưng cũng từ đó chàng lại kể công cứu sống tôi, nói ngay thì quả thật chàng đã có công cứu sống tôi thật.

Khang sau mấy ngày nghỉ học, nó khỏe lại. Thái về kể chuyện ở trường đang góp tiền tổ chức ăn Tất niên. Khang nao nức đòi đi học. Còn nhớ năm ngoái, khi cô giáo nói cho cả lớp Khang biết phải tiết kiệm góp tiền trong năm để đến tết cô tổ chức ăn Tất niên cho cả lớp. Cô khuyên học trò không nên ăn hàng hay tiêu pha phí phạm mà mỗi khi có đồng nào nên bỏ vào chiếc hộp trên bàn cô. Cô giải thích cho chúng hiểu về việc góp ít thành nhiều. Chàng hỏi Khang:

- Thế có đứa nào góp không?

- Có.

- Chúng nó bỏ vào hộp bao nhiêu?

- Có một đồng bỏ một đồng, có hai đồng bỏ hai đồng.

Chàng lẩm bẩm:

- Bây giờ mà một hai đồng còn xài được việc gì.

Còn tôi, tôi lo âu cho cô giáo, chắc khi mở hộp ra cô giáo sẽ phải mệt vì đếm tiền cắc. Chàng lại hỏi Khang:

- Con có góp không.

Khang lắc đầu. Chàng bảo con:

- Ngày nào có tiền góp vào với bạn bè chứ.

Khang lắc đầu. Chàng bảo con:

- Ngày nào có tiền góp vào với bạn bè chứ.

Khang vẫn lắc đầu:

- Con không ăn Tất niên với tụi nó.

Thái nghe đến đây nói vào:

- Hôm qua Khang nó bị cô giáo phạt đánh mấy thước kẻ vào tay.

- Sao vậy?

Thái cười nhìn Khang. Khang lắc lư cái đầu nhào vào lòng chàng rúc rúc, Thái kể tiếp:

- Tại Khang nó nói với tụi bạn nó là "bộ tiền tao

là tiền… chùa hay sao góp cho tụi bay ăn". Tụi nó mách cô giáo. Cô giáo kêu Khang lên mắng rằng "không góp thì thôi chứ sao lại nói như thế".

Nghe Thái kể, chàng quay sang Khang:

- Đúng vậy không?

Cu Khang lại gật đầu, chàng trách con:

- Nói vậy bảo sao không bị cô phạt. Từ nay đừng nói vậy nữa nghe.

Tôi bảo chàng:

- Mấy con nó đi học ảnh hưởng ở bạn bè nên bây giờ nó nói nhiều tiếng "lên ruột" quá.

Chàng quay sang hỏi con:

- Tiền nào là tiền chùa.

Khang vẫn gục đầu vào lòng bố:

- Con không thích ăn Tất niên với tụi nó. Ngày ấy con ở nhà.

Và đúng như vậy. Ngày cuối cùng Khang không đến trường. Trước đó chàng đã phải cho Khang quyển báo Xuân mang tặng cô giáo. Cô giáo có gửi lời cám ơn. Khang về nói:

- Cô giáo hết ghét con rồi.

- Thế sao con không đi dự Tất niên trong lớp cho vui.

Khang vẫn lắc đầu. Thái và những đứa khác đi về đem theo mấy cái kẹo. Chúng dúi vào tay chàng:

- Con để phần cho bố.

Chàng cầm chiếc kẹo cười rạng rỡ. Tôi ngồi nhìn họ lòng buồn rười rượi, chẳng đứa nào lấy phần kẹo mang về cho tôi. Chỉ có bố. Có gì chúng cũng chỉ nghĩ đến chàng. Chàng bóc kẹo ăn ngon lành. Bố con họ vui như tết vậy. Ăn xong cái kẹo có lẽ lúc đó chàng mới sực nghĩ đến tôi bèn nói:

- Còn của má đâu?

Lũ con tôi đang cười bèn nín bạt. Chàng hỏi tiếp:

- Đứa nào còn kẹo mang biếu má.

Tôi đang tức nghe nói như bị chọc giận.

- Khỏi. Tôi khỏi cần.

Chàng bèn đưa chiếc kẹo còn lại trên tay cho Thái bảo mang lại mời tôi. Thái vừa rụt rè lại gần tôi đã quát lên:

- Mang đi. Mang đi ngay tôi không thèm.

Thái mếu máo gần như khóc. Chàng bèn thu thập... đoàn quân rút lui lên lầu. Chàng vừa cõng, vừa bế, vừa giắt bốn năm đứa con bỏ đi, mặc tôi ngồi tủi thân một mình.

Tết đến, nhà người ta có vẻ rộn rã bao nhiêu thì nhà tôi lặng lẽ bấy nhiêu. Trong thời buổi này, người ta không sắm tết như mọi năm nhưng ít ra họ cũng sửa sang lại đôi chút trong nhà như sơn cửa, quét vôi, mua sắm cho vợ con manh áo, tấm quần. Còn chàng, chàng tỉnh bơ nhìn ngày tháng qua đi. Có hỏi chàng chỉ chép miệng xua tay:

- Quét vôi sơn cửa hả? Sao không làm vào những ngày thường mà phải đợi gần tết. Quần áo thì còn cả đống đó mặc đã hết đâu. May chi cho phí.

- Bộ anh không muốn em mặc một cái áo mới

sao?

- Cần gì áo mới. Áo cũ mà thương còn hơn áo mới mà bỏ bê đó.

- Ngụy biện. Anh tiếc tiền nên không cho may chứ gì, anh keo kiệt với vợ con quá.

Hình như chàng bị chạm mạnh vào tâm hồn. Chàng có vẻ hơi nhấp nhổm nhưng chỉ thoáng qua, chàng lại bình tĩnh ngồi yên. Tốt hơi bèn hỏi dồi:

- Phải vậy không?

Quí vị độc giả có tưởng tượng được không, chàng của tôi gật đầu. Trời đất ạ. Chàng gật một cách say sưa. Tôi hỏi dồn:

- Phải anh keo kiệt hả. Anh sợ tốn nên không may mặc cho vợ con.

Chàng cười:

- Tiền bạc bây giờ khó kiếm, em thông cảm. Phải tiết kiệm chứ. Em coi những áo nào chưa bạc màu lắm rách thì vá mà mặc, còn áo nào bạc màu chịu khó đem nhuộm.

- Tôi không mặc áo vá cũng không mặc áo nhuộm.

Chàng nhăn nhó. Nhưng lại nói:

-Năm nay có may thì may cho anh một vài bộ vét, một tá áo sơ mi, mười cái quần, một tá cà vát, vài đôi giầy. Anh mặc đẹp thì em và các con cũng thơm lây, nở mày, nở mặt với thiên hạ. Như thế được rồi còn gì.

Tôi biết là chàng chọc tôi. Chàng cố ý làm cho tôi tức. Thực ra chàng cũng chẳng để ý gì đến vấn đề ăn mặc. Chàng ăn mặc lôi thôi nhất. Ngồi đâu chàng cũng dựa dẫm, có khi nằm xồi ra vì thế áo chàng luôn luôn tuột ra khỏi cặp quần. Tôi có nhắc, chàng chỉ ừ hữ. Có khi tôi phải sửa lại quần áo cho chàng trước khi đi phố.

Có một điều đáng phàn nàn về sự ăn mặc của chàng là mấy bộ quần áo mới và đẹp chàng mặc ròng rã đi làm vậy, mà hễ đi với tôi là y như mặc đồ cũ. Tôi biết chàng không cố ý thế nhưng tôi hiểu là chàng đã coi tôi như người trong nhà nên chẳng cần phải lịch sự. Nhiều lần tôi rủ chàng đi phố, chàng chỉ lẹp kẹp đôi dép trong khi hàng ngày đi làm chàng mang giầy đàng hoàng. Tôi tỏ vẻ phàn nàn, chàng nói:

- Đi dép cho mát.

- Nhưng em ăn mặc đẹp thế này, anh lại lè phè quá coi sao tiện.

Chàng chặc lưỡi:

- Bất quá người ta tưởng anh đi cận vệ cho em là cùng chứ gì.

- Anh nói cù nhầy vậy còn bàn gì nữa. Vợ chồng lâu lâu đi du hí một bữa, em trang điểm rực rỡ, áo quần đẹp đẽ, muốn vợ chồng mình sống lại ít phút giây yêu đương thuở nào, vậy mà anh ăn mặc lôi thôi thế này, em thấy nản quá.

Chàng dường như cảm động, nhưng lại cố cãi chầy, cãi cối:

- Ăn thua là ở trong lòng.

Tôi cáu:

- Trong lòng. Ừ thì quan trọng chỉ ở trong lòng đi, nhưng anh cũng phải mặc như hồi anh tán tỉnh em chứ. Ngày đó anh mặc sơ mi trắng bỏ trong quần, đi giầy chứ đâu có lôi thôi như bây giờ. Hay là ngày đó anh chỉ coi bề ngoài còn bên trong anh… lừa dối em.

Chàng vẫn cãi:

- Lừa dối em sao anh lại cưới. Nếu lừa dối người ta đã cho cô rơi cái ạch rồi ấy chứ. Sỡ dĩ ngày đó anh quan tâm tới quần áo là vì anh còn trẻ. Bây giờ em nhìn anh coi, già rồi còn gì.

Tôi tự nhiên phải nhìn chàng xem xét, chàng hỏi:

- Đúng không?

Tôi chậm rãi lắc đầu.

- Chưa.

Chàng cười. Tôi nói:

- Những quần áo đẹp anh phải để dành đó chỉ khi nào đi chơi với em mới được mặc. Hàng ngày đi làm anh mặc đồ cũ cũng được.

Chàng vẫn cãi:

- Lúc này em chê ăn mặc xôc xếch vậy quần áo

mới hay cũ cũng thế mà thôi có đẹp đẽ gì đâu.

- Thế sao đi làm hay đi với người khác anh lại mặc đồ đẹp, hễ đi với em y như rằng anh mặc đồ cũ. Tại sao vậy?

Chàng ngạc nhiên:

- Thế hả? Có đúng như vậy không?

- Anh lại còn giả ngộ thế hả nữa.

- Thật đó. Em nói ra anh mới biết. Anh cứ tưởng như thường. Có điều ban ngày anh phải đi giầy còn tối đến có đi đâu anh thích đi dép cho mát vậy thôi.

- Thì chính vì vậy. Ban ngày anh đi đâu mịt mù tăm dã, chỉ tối anh mới về nhà, em cũng chỉ được anh cho đi lúc chập tối, nhè trúng ngay vào những lúc anh ăn mặc lôi thôi.

Chàng gật đầu hứa từ nay sẽ dành cho tôi những lần đi chơi lịch sự nhưng rồi đâu lại vào đó. Tôi ở Saigon cả mười năm nay mà chỉ quanh quẩn ở nhà, có biết mô vào với mô đâu. Cả năm tôi không đi coi chiếu bóng, không đi ăn tiệm, không đi nghe nhạc. Chỉ vài tối một lần chàng cho lại nhà bác Lễ chơi nói chuyện với bác gái.

Cũng có mấy lần bác Bính ở Cần Thơ lên, kêu vợ chồng con cái chúng tôi đi ăn cơm tàu với bác. Bác Bính gái còn bảo chàng:

- Chú cũng phải năng đưa thím ấy và mấy đứa trẻ đi coi chiếu bóng cho chúng biết đó, biết đây chứ.

Chàng chỉ ừ hữ nhưng chẳng cho đi bao giờ. Còn chàng vẫn lỉnh đi coi phim chưởng một mình.

Đối với tôi, đi chơi hay ở nhà cũng được. Tôi chẳng hề ham muốn lắm, nhưng thỉnh thoảng đòi đi chẳng qua chỉ muốn nhắc nhở chàng chú ý tới mình mà thôi. Riêng các con tôi, chúng thèm đi chơi đến nỗi phải ước hẹn với chàng:

- Bao giờ con xếp hạng nhất trong lớp bố cho con đi xi nê nghe?

- Ừ.

- Bao giờ bố làm ông tướng bố cho con đi tắm pít xin nghe.

- Ừ.

- Bao giờ bố…

Tôi nghe mãi những câu nói kiểu ấy bèn cáu kỉnh ngắt ngang:

- Sao chúng bay không hỏi bao giờ bố làm tổng thống để cho chúng bay đi ăn phở.

Con bé Bự vẫn ngây ngô, nó reo lên:

- Ừ, bố mình làm tổng thống, bố mình nhất.

Chàng cười khoái trá. Tôi biết những lúc con tôi vui sướng tự nhiên như vậy, chúng mới biểu lộ tất cả tình cảm đối với chàng. Những lúc đó chàng là nhất đời đối với chúng, dĩ nhiên trong hoàn cảnh đó, tôi chỉ còn là một bóng mờ.

Chàng an ủi tôi.

- Các con nó đang hào hứng em phải mừng và khuyến khích chứ sao mặt lại xị ra một đống vậy. Cười lên coi.

Tôi tức tối nhưng thấy chàng có lý nên cũng phải cố gắng mỉm cười. Tôi nói:

- Tâu hoàng đế, ngài là xếp sòng hết thảy trong nhà này.

Hoàng đế của tôi gật gù:

- Tốt lắm. Ta đã đưa khanh đi ăn hai tô phở cho bõ công lao cực khổ bấy lâu.

Tôi lườm chàng trách móc. Niềm an ủi chỉ có bấy nhiêu. Một câu nói với hai tô phở tưởng tượng.

Chàng lúc nào cũng phây phây vì chàng cầm tinh con chuột. Tôi vẫn nói con chuột chỉ rúc rích ăn suốt ngày. Còn tôi, tôi tuổi con trâu. Số con trâu là khổ như trâu. Dầm mưa dãi nắng suốt ngày. Tôi ngẫm mình mà mủi lòng. Còn chàng, chàng ung dung bịa chuyện kể cho lũ con nghe.

Chàng kể chuyện có duyên. Lũ trẻ xúm quanh há hốc miệng nghe. Tôi tuy ngồi ấm ức gần đó nhưng cũng vẫn phải theo dõi lời chàng kể.

Giọng chàng trầm trầm. Khi nhanh, khi chậm, chàng kể:

- ... Có con chuột nhắt đang rình một con trâu, con chuột dĩ nhiên nhanh như biến. Còn con trâu thì ì ạch. Ban ngày trâu ta phải đi cày bừa ngoài đồng ruộng nên mệt mỏi lắm. Tối về nằm trong chuồng, trâu ta nhẩn nha gậm cỏ cũng mong được nghỉ ngơi mà ngẫm nghĩ cái kiếp khổ của mình…

Kể đến đây chàng ngừng lại liếc nhìn tôi. Tôi gây gổ:

- Ê đừng có chạm đến tôi nghe không.

Chàng tỉnh bơ hắng giọng, lũ con lay lay đòi kể tiếp:

- Rồi làm sao bố.

- Con chuột bò gần lại chuồng, chẳng là chú chuột mới làm một bụng no trên cót thóc, "phẻ" rồi chuột ta tính đi du hí. Nó muốn kiếm chuyện giải khuây cho nên thấy con trâu nằm ăn cỏ ở đó, chuột ta bèn khẽ bò, khẽ bò… đến gần.

Trong khi chàng nói khẽ bò, khẽ bò hai cánh tay chàng cũng biểu diễn một cách hồi hộp cái thế bò của con chuột. Lũ trẻ nghe và coi bằng mắt, mắt đứa nào cũng sáng lên thích chí mê tôi.

Chàng kể tiếp:

- Chú chuột khẽ bò đến bên chuồng trâu, nó nấp sau chiếc cột nghe ngóng tình hình. Con trâu tuy to xác nhưng ngu bỏ xừ, chỉ nằm đó vừa ăn vừa thở dài vất vả…

Tôi la lên:

-Đừng có nói xỏ xiên.

Chàng cười, còn lũ con tôi có vẻ sốt ruột, chúng háo hức muốn nghe tiếp, giọng chàng lại ấm lên:

- … Con trâu ngu lắm, có biết gì đâu, con chuột đã bò đến gần vậy mà trâu ta cứ ngơ ngơ.

- Này.

- … Con chuột nấp sau cột xem chừng một lát thấy trâu ta vẫn không biết gì nó bèn bò tới, bò tới.

Bé Bự bị cuốn hút theo câu chuyện, nó co dúm lại sợ hãi con chuột tưởng tượng của chàng. Lũ trẻ nín thở. Tôi cũng phải nín thở luôn để coi xem họ sẽ còn vu cáo, nhục mạ, xỏ xiên mình đến thế nào nữa.

Chàng kể tiếp:

- … Rồi con chuột bò gần đến chân con trâu, chuột ta lấy hết sức mình ngoạm một phát vào chân con trâu.

Lũ trẻ khoái trá reo lên, nhất là cu Khang nó lộn ngược đầu xuống đệm chổng chân lên trời làm cây chuối. Nhưng chàng kể tiếp:

- … Bàn chân con trâu to và da dầy quá chuột ta tuy đã dùng hết sức mình nhưng không thấm thía gì, con trâu vẫn nằm yên phe phẩy đuôi. Con chuột cắn xong cũng đã rút về góc cột quan sát.

Nghe đến đây tôi bèn nói xen vào, lũ con tôi ngoái nhìn lại phía tôi. Tôi nói:

- Con chuột đâu có chạy được. Cắn hụt con trâu, con trâu ngứa chân sẵn thể đạp một cái mạnh ngay con chuột. Chuột chít bèn bị bẹp dí chết ngắc không kịp kêu.

Chàng bị phản công bất ngờ tức tối lên tiếng:

- Không phải, nghe bố kể đây. Con chuột cắn xong phóng về góc cột ngay…

- Con chuột không việc gì à bố? - Hiền hỏi như thế.

- Ừ con chuột nó nhanh nhẹn đâu có chậm chạp như con trâu. Con trâu sức mấy mà đuổi theo kịp con chuột.

- Con trâu nặng nề há bố.

- Ừ nặng nề và ngu nữa. Để bố kể tiếp.

Tôi la lên:

- Thôi!

- Để anh kể chuyện cho các con nghe. Giải trí và học mà lại.

Rồi chàng tiếp tục kể, coi như không biết có tôi đang ấm ức ngồi đó:

- … Chuột ta phóng mau ra nấp sau cột rồi bèn nhìn lại xem phản ứng của con trâu. Con trâu lúc này lại tiếp tục nhai cỏ. Chuột quan sát một lát, nó cố ý tìm ra chỗ hiểm của con trâu để tấn công lại. Chuột thấy chỗ ngon nhất là cái đuôi con trâu. Nhưng khốn nỗi đuôi trâu ta cứ phe phẩy hoài không chịu ở yên một chỗ. Cuối cùng chuột tìm ra một chỗ khá ngon đó là cái tai con trâu. Cái tai mỏng nên dễ cắn. Chuột ta nghĩ vậy.

Nó bèn đổi chỗ nấp. Chuột mon men bò ra phía bên kia. Ở phía đó trâu quay lưng lại và cái đầu trâu sà thấp xuống. Chuột đứng xem xét một hồi và lấy thế. Nó nhắm đúng thời cơ phóng ra táp hai hàm răng nhọn hoắt cắn vào mí tai con trâu. Trâu ta đau quá, đau quá.

Kể đến đây chàng còn nhắm mắt lại nghiêng đầu, nghiêng đầu xuống ra vẻ đau đớn lắm và chịu không nổi. Lũ trẻ tỏ ra xúc động mạnh. Chính mình cũng đang suýt soa đau đớn cho con trâu. Chàng kể tiếp:

- ... Đau lắm. Trâu ta đau lắm. Nhưng không biết tại sao. Nó chỉ lắc cái đầu thật mạnh rồi gục xuống đống cỏ.

Hiền thắc mắc:

- Thế con chuột đâu hả bố?

- Con chuột nhân cái đà lắc đầu của con trâu, nó bèn phóng người nhảy vào góc chuồng.

Khang hứng chí:

- Con chuột phóng bay như "batman" phi thân ấy phải không bố?

- Ừ.

- Như "Astroboy" ấy phải không bố?

Đến đây cu Khang hứng chí quá nó bèn bay từ chiếc ghế bành này sang ghế bành khác, miệng cu cậu "pằng chíu! pằng chíu...!" ầm ĩ. Cuối cùng Khang la lên:

- Tôi bắn trước trúng Thái rồi. Thái phải giả bộ chết.

Thái tự nhiên bị em bắt phải giả bộ chết cáu quá nổi sùng cũng "pằng chíu" trả thù, cuộc "pằng chíu" của Thái còn khốc liệt hơn và lôi kéo luôn Hiền, Tuân, Linh vào cuộc. Cả con bé Vịt cũng quờ quạng bàn tay, miệng líu lo chơi trò chơi chung với các anh. Chỉ còn bé Bự ngồi trên lòng bố nhìn cuộc chiến bằng một con mắt dửng dưng. Chàng cũng bỗng nhiên hết thính giả, không còn kể chuyện với ai được nữa.

Lũ con tôi lúc đó đã thành hai phe rõ rệt, chúng nấp sau những cánh cửa bàn ghế mà bắn nhau bằng miệng. Chúng cãi nhau ỏm tỏi về vấn đề bắn trước, bắn sau.

Chàng móc thuốc hút và quan sát cuộc chiến. Đến lần tôi hỏi móc chàng:

- Anh thấy là chuyện anh kể nhạt như nước ốc

chưa, con nít nó cũng không muốn nghe nữa.

Chàng quay sang tôi cười:

- À để anh kể tiếp, đến đâu rồi nhỉ?

- Tôi đâu có nghe.

- Chuyện hay lắm mà em, con trâu và con chuột đấu với nhau.

Tôi xua tay chàng đến bên tôi kể lể:

- Con chuột tuy có khôn lanh thật nhưng đâu có làm gì được con trâu phải không em.

Tôi biết chàng muốn làm hòa. Thừa dịp quần chúng đang bận tham dự cuộc chiến. Chàng o bế tôi tìm quan hệ về sau. Tôi càng làm cao:

- Trâu khổ và ngu.

- Cái khổ và cái ngu dễ thương.

- Thôi đi.

- Khanh càng khổ, càng ngu ta càng thương.

- Đừng có nói chữa.

- Nói thiệt đó. Không chữa đâu. Những đứa

con gái nhoài nhoài ngoài đường, chúng ăn nói cũng có vẻ thông minh lắm nhưng nó có làm được gì đâu. Chỉ có em, em đảm đang lắm. Vừa đẹp vừa đảm đang thế là nhất rồi còn đòi hỏi chi nữa.

Tôi cảm động:

- Anh chê ngu sao còn bảo là đảm đương.

- Chê ngu nghĩa là khen đó. Biểu em khổ như trâu là xác nhận em đảm đương đó.

- Đảm đang hay đảm đương.

- Em thích nói đảm đương, anh nói đảm đang.

Thế là tôi lại bị chàng lôi cuốn được. Kinh nghiệm từ trước tới nay dù tôi có ưu thế, có chính nghĩa có hung hăng đến thế nào đi nữa thì rồi cuối cùng tôi cũng vẫn thua. Chàng vẫn thắng. Cả thắng nữa là khác. Chàng là người điều khiển nổi câu chuyện và xoay chiều được tình cảm tôi. Chàng biết làm cho tôi hết giận dỗi được và tôi chỉ còn là một "khanh" phục tùng của chàng.

Cuộc chiến của các con tôi đã di chuyển mặt trận ra ngoài vườn, những tiếng súng miệng tạch tạch từ ngoài vọng vào vẫn còn nổ dòn dã thì trong phòng khách này đã hoàn toàn đầu hàng vô điều kiện trước một lý tưởng mà chàng mang danh. Tôi thuần phục đến nỗi đã xin lỗi chàng, đã hứa là thờ phượng chàng suốt đời, đã xưng khanh một cách kính cẩn với chàng.

Khi chàng bước ra cửa thu quân hai phe về, bọn chúng mồ hôi nhễ nhại tranh nhau thưa gửi. Có nghĩa là chúng đã chuyển từ hình thức đấu tranh vũ trang sang hình thức đấu tranh chính trị. Đứa nào cũng báo cáo là nó thắng, chúng ồn ào quá đến nỗi chàng không nghe kịp và không biết phải xử trí ra sao. Chàng lùa chúng vào phòng khách nói:

- Ngồi nghỉ cho mát rồi tất cả đi tắm.

Dư âm của cuộc chiến vẫn còn, các con tôi vẫn bàn tán không ngớt về những hành động khốc liệt của chúng. Có lúc bàn tán hăng quá chúng to tiếng với nhau, tôi lại phải lưu ý cả hai phe tôn trọng hình thức đấu tranh chính trị.

Khi lũ trẻ đã khô mồ hôi chàng bèn tập trung xuống sân sau bắt chúng cởi quần áo tắm tập thể. Lũ trẻ lại cười rúc rích. Cu Linh đóng cửa sau lại, chàng nói:

- Mở ra cho thoáng khí.

Thái cười ngặt nghẽo:

- Linh nó sợ người ta thấy nó cởi truồng đó bố.

Chàng lườm:

- Con nít mà bày vẽ. tất cả cúi đầu xuống.

Chàng gội đầu cho từng đứa, xát xà bông cho từng đứa. Xong chàng cầm vòi nước xịt vào chúng như vòi rồng cứu hỏa. Lũ trẻ thích chí cười ầm ĩ, nhảy choai choai. Chàng cũng khoái nữa. Họ chơi trò xịt nước khá lâu. Đến nỗi khi tôi kêu lũ trẻ lên thấm nước và mặc quần áo đứa nào cũng bị seo hết bàn tay, môi thâm lại. Tôi cằn nhằn, chàng chỉ cười. Về phía chàng quần áo cũng bị ướt sũng. Và chàng phải đi tắm sau đó.

Cha con chàng có một điểm giống nhau là cùng hay ăn. Những ngày chàng đi làm thì tôi không rõ nhưng hôm nào nghỉ ở nhà chàng lục lọi đồ ăn suốt ngày.

Chàng tắm xong dĩ nhiên cũng sẽ lại lục đồ ăn, tôi biết thế nên lập cho một tiệc khao quân nho nhỏ. Mỗi người một gói mì. Dĩ nhiên tôi cũng tham dự vào bữa tiệc cho vui vẻ cả nhà.

Tuy là ăn vặt cho đỡ buồn, cả nhà cũng tiêu thụ 7 gói mì, người lớn được nguyên gói, bé Vịt và bé Bự một gói. Xoong mì bốc khói đem ra múc lia lịa. Tôi bảo chàng lên phòng ăn ngồi đợi. Chàng không chịu vừa cầm khăn lau tóc vừa ngồi ngay xuống cạnh tôi trong bếp. Xấp nhỏ cũng bao quanh. Chàng nói:

- Ăn trong bếp mới ngon. Ngồi xổm ăn mới ngon.

Cả nhà tôi biết ăn ớt. Thái lại càng ăn nhiều hơn. Nó bị viễn thị tôi đã bảo con tôi phải nhịn ớt, ăn ớt nhiều nóng và hại mắt. Nhưng Thái lại giống tôi. Chàng nói thế. Vẻ đẹp trai của nó giống chàng nhưng ăn ớt nhiều thì chàng bảo là giống tôi. Mặc dù chàng cũng ăn ớt ghê lắm. Chàng nói là có chứng cớ đàng hoàng. Mắt tôi bị viễn thị. Thái cũng bị viễn thị, chàng đổ thừa cho tôi là đúng lắm. Tôi phải chịu vậy. Đã bảo những gì xấu xí đều phải lãnh chịu hết mà.

Các con tôi xì xụp ăn mì. Chúng đòi cho ớt bột. Cả bé Vịt và bé Bự cũng lau chau đòi ớt. Tôi nạt lớn không cho. Tuy vậy tôi cũng biết là chàng lén cho ớt mấy đứa con trai. Tôi biết tính chàng. Các con thích gì chàng đều thỏa mãn chúng cả. Chàng cho rằng không nên cấm đoán trẻ con. Tôi lại nghĩ khác. Tôi cần phải minh bạch. Những gì cần cấm phải cấm. Trẻ con chưa có ý thức như người lớn.

Chàng đồng ý vậy nhưng những thứ mà chàng đồng ý cấm trẻ rất hiếm. Vì thế chàng lén cho các con, mỗi đứa một tí gọi là có. Thế là chúng vui vẻ ăn uống.

Giải quyết nồi xoong xong. Chàng mới kể chuyện. Đêm đêm sau khi làm việc mệt mỏi nơi bàn viết, chàng thường lén xuống bếp nấu mì ăn.

Lũ con nghe kể khoái chí. Chúng ào ào đòi thức đêm để ăn mì cùng với chàng, chàng bèn lắc đầu:

- Sức mấy đứa nào thức nổi. Bố làm việc đến mười hai giờ đêm.

- Con cũng thức đến mười hai giờ đêm.

Tôi tỏ vẻ cằn nhằn chàng về tật ăn đêm. Tôi nói:

- Ăn uống không có điều độ hư thân mất nết. Nửa khuya còn ăn hại dạ dày.

Chàng cương quyết bảo vệ quyền lợi:

- Ăn đêm ngon lắm. Em thử tưởng tượng coi. Này nhé. Em và các con ngủ cả rồi. Nhà lặng lẽ. Một mình anh rón rén xuống bếp. Phải bỏ dép ra đi chân không cho khỏi ồn ào. Rồi nhóm bếp đặt xoong đun nước, sôi bỏ mì vào. Thêm hai cái trứng gà. Mấy nhánh hành ngò. Chút ớt bột…

Tôi ngắt lời chàng:

- Khiếp. Sao anh không cho bơ, bột ngọt, mắm tôm nữa cho đầy đủ.

Chàng ngây thơ cãi:

- Mì đâu có ăn với mắm tôm. Khi nào ăn bún mới cần thứ đó. Rồi chàng kể tiếp:

- Mì chín rồi đem ra bàn ăn ngồi nhẩn nha vừa đọc báo, vừa ăn… rất chi là hấp dẫn.

Tôi nghe chàng nói bắt thèm bèn cự nự:

- Thế mà không có kêu tôi dậy ăn với bao giờ.

Chàng lắc đầu:

- Phải ăn vụng nó mới ngon. Dấu em mà còn

kêu em dậy ăn nữa là hết thú ngay.

Tôi bắt đền chàng, đòi cho được chàng phải kêu tôi dậy. Nhưng nguyện vọng đó tôi chưa được thỏa mãn bao giờ. Bởi thế có những sáng thức dậy, tôi đã thấy nơi bồn rửa bát đồ nghề ăn mì đêm qua. Tôi biết ngay là trong nhà đã mất một gói mì. Chàng còn ngủ trên lầu. Tôi bèn xui bé Bự lên kêu bố dậy. Con bé Bự có tài làm cho bố nó không thể ngủ tiếp được.

Nó ôm lấy đầu chàng mà lay lay:

- Dậy bố. Đến giờ đi làm rồi.

Chàng ú ớ ừ hữ. Con Bự lay hoài, nói hoài câu đó. Có khi nó còn ngồi lên cổ chàng nữa. Cuối cùng rồi chàng cũng đành lồm cồm bò dậy cõng nó xuống nhà. Tôi bèn hỏi mấy đứa con:

- Má thấy mất một gói mì. Có thấy đứa nào ăn không con.

Lũ trẻ bèn tố cáo:

- Chắc bố ăn đêm qua đấy mà. Con thấy chén bát trong bồn.

LÁ XANH

Đang ngái ngủ chàng bị chạm nọc nhưng cũng đành lặng thinh. Đã ăn vụng sức mấy mà còn dám la rầy mẹ con tôi. Tôi bèn giả tảng không nghe hỏi móc nữa:

- Má hỏi có đứa nào ăn không.

Chàng đang đánh răng, bàn chải trong miệng, bọt sùi ra, chàng quay vào phía tôi ú ớ gì đó. Tôi hiểu lúc này chàng không bận đánh răng thì cũng chẳng nói được gì, tốt hơn hết nhân cơ hội có bàn chải trong miệng chàng đã ú ớ như thế cho khỏi nên lời mà vẫn tin rằng tôi sẽ im đi. Nhưng khi tôi đã bị mang tiếng ngu như trâu, tội gì mà không lợi dụng cái ngu đó. Tôi bèn hiểu sai ý chàng, tôi nói:

- Bố nói sao? cu Thái ăn hả?

Thái tự nhiên bị đổ vạ bèn kêu lên:

- Con đâu có.

Chàng nhổ bọt thuốc ra và nói:

- Tôi ăn.

Tôi cười quay đi. Có thế chứ. Ít ra mình cũng thắng một lần. Trong khi tôi pha cà phê chàng đánh răng xong. Khi ngồi vào bàn uống cà phê, chàng nhăn mặt:

- Cà phê hôm nay đắng quá.

Lũ trẻ chìa ca sữa về phía chàng. Mấy đứa con tôi rất thích cà phê. Nhưng sáng nào cũng vậy, chàng đều lén cho vào ca sữa của mỗi đứa một hai muỗng cà phê. Bố con họ khề khà uống với nhau. Hôm nay chàng kêu cà phê đắng là có ý nghĩa lắm.

Tôi nói:

- Cần thêm đường không?

- Khỏi.

- Chê đắng cho bớt mỗi đứa một muỗng nữa.

Chàng cười:

- Thôi để ráng uống cho tiêu gói mì.

Nói vậy nhưng chàng cũng múc cho mỗi đứa một muỗng cà phê chàng nói:

- Tụi bay chia xẻ với ba chút cay đắng này.

Một đứa lè lưỡi:

- Cà phê có cay à bố.

- Ừ.

- Thế thì con không uống đâu. Bé Bự nói vậy.

Chàng cười:

- Thế mà bố uống được đó.

Tôi móc thêm:

- Tại bố ăn vụng nên bố phải ngậm đắng, nuốt cay.

Chàng thở dài:

- Biết ngay mà. Hồi đó thấy ăn hai tô phở một lúc bố đã hoảng hồn rồi. Quả nhiên bây giờ tị ăn với bố cả từ gói mì…

Bị phản công thình lình, tôi không nói được gì. Họ lại moi chuyện cũ của tô ra mà nói. Tôi im lặng thì càng làm tới:

- Chồng làm việc khuya, đói bụng ăn gói mì cũng moi móc.

Tôi tức:

- Ai bảo anh ăn vụng lại còn mô tả cho người khác thèm.

- Tức không.

- Đêm mai tôi cũng dậy nấu mì ăn chơi.

- Hễ tôi bắt được là tôi bêu xấu.

Mấy đứa con trai tôi cũng túa lên. Đứa nào cũng nói sẽ thức khuya dậy ăn mì với bố mẹ. Tôi trách chàng.

- Đó. Anh đã khuyến khích chúng nó ăn vụng đấy nhé.

Chàng ngẩn người ra. Một lát mới nói:

- Đứa nào học đến mười hai giờ đêm thì được ăn mì.

Đứa nào cũng nhao lên đòi học khuya nhưng tối tối cứ chín giờ chúng đã đi ngủ.

Một hôm, mì gói hết tôi chưa mua kịp, đêm chàng xuống lịch kịch đun nước đến khi tìm kiếm khắp nơi không có mì, sáng sau chàng trách:

- Cúp tiếp tế thực phẩm hả?

- Ừ đó.

Chàng chặc lưỡi:

- Làm việc vất vả ăn gói mì cũng tiếc.

Tự nhiên tôi sợ chàng tưởng lầm tôi cố ý không muốn, bèn nói:

- Hết lúc nào em đâu biết. Tại quên không coi đến đấy chứ.

Chàng vẫn làm ra vẻ buồn:

- Nghĩ mà nản quá.

- Cho nản luôn.

Trưa hôm đó tôi đi mua về một thùng mì. Lại mua nhiều trái cây để trong tủ lạnh. Đêm người ăn mì rồi thiều quả cam hay trái chuối thì nhất. Chắc là sẽ cảm động lắm.

Tôi vẫn thường cho rằng tôi là người đã lo chăm sóc gia đình đầy đủ. Chàng cũng hiểu vậy, tôi biết thế, nhưng chàng vẫn làm ra vẻ không hài lòng. Chàng còn chê:

- Bỏ bê chồng con.

- Như thế còn chê hả. Sao không kiếm người khác.

Chàng lè lưỡi:

- Tởn đến già. Một lần đã sợ lắm rồi. Nói... thí dụ em có về quê trước anh cũng đành ở vậy thôi.

Tôi cảm động nhưng lại cố nén:

- Thôi đừng có nói mạnh. Sợ lúc đó chưa xanh mồ em, anh đã tính cưới vợ khác rồi.

Chàng vẫn lắc đầu:

- Thiệt đó. Sợ lắm rồi. Có vợ như gông đeo cổ, như tù chung thân. Anh đã dại lần lấy em tội gì anh lại dại thêm một lần nữa!

Tôi gây sự:

- Anh làm như lấy tôi khổ lắm vậy.

- Khổ thì không khổ, nhưng mất tự do rồi đủ thứ lo nghĩ.

Tôi kể lể:

- Nếu không lấy vợ anh đâu có mái ấm như thế này, đâu có con cái đề huề, đâu có được những giờ phút đùa rỡn bên các con, đâu có được…

Chàng cười:

- Đâu có được giặt quần áo.

Tôi lườm:

- Được giặt quần áo cũng là thứ hạnh phúc, vợ con hành hạ cũng là thứ hạnh phúc, phải ở nhà không được đi đó đi đây, mất hết tự do cũng là một thứ hạnh phúc anh phải biết hưởng những thứ hạnh phúc đó chứ.

Chàng cười thở dài:

- Hạnh phước! Ôi chao hạnh phước!

Mỗi khi có đứa cháu sắp lấy vợ chàng lại bảo chúng:

- Tao không hiểu tại sao tụi bây ngu thế.

Chàng nói như thật vậy. Cho nên tôi sợ có người giận chàng. Nhiều khi các bác đem chuyện cưới vợ gả chồng cho các con ra bàn cùng cậu em quí hóa, cậu em yên lặng nghe, cuối cùng phang ngay một câu:

- Kệ... mẹ chúng nó lấy ai thì lấy anh chị việc gì phải lo.

- Đâu có được. Mình phải hướng dẫn chúng nó chứ. Lỡ nó đi lang bang vớ phải đứa không ra gì có phải hại cả đời nó không và mình cũng ân hận.

Chàng chép miệng:

- Ối giời! Hôi đâu mà ông bà lo bao đồng thế, kệ chúng nó... tự túc phát triển xã ấp.

Tôi chỉ sợ những lời nói của chàng làm các bác buồn và con cháu nó được nước đi hoang, tôi khuyên nhủ chàng nên tế nhị. Chàng la lớn:

- Hỏi ý kiến tôi thì tôi mới nói chứ. Nghĩ sao tôi nói vậy cớ gì bắt tôi phải... tế nhị.

- Anh... dở lắm. Ở đời tùy chứ. Nói năng nhiều khi không ác ý nhưng có thể bị hiểu lầm.

- Hiểu lầm gì, lấy vợ là khổ như cậu, như chú nó đây, vậy mình phải khuyên tụi nó đừng bắt chước chứ.

Tôi chỉ chàng nói:

- Được rồi nhé. Cứ kêu ca và đi rêu rao đi. Tôi

không cần đâu.

Một thằng cháu lấy vợ hồi một năm, một hôm đến nhà chơi nó bảo tôi.

- Mợ ạ, lấy vợ khổ thật, cậu nói vậy mà đúng!

Trong số anh em của chàng tất cả đều đã có gia đình cả chỉ trừ có chú Hòe. Chú Hòe là sỹ quan Lực Lượng Đặc Biệt, nay đã chuyển sang Biệt Động Quân. Chú Hòe đi hành quân một thời gian rồi về thành phố đi chơi.

Có lần chú ấy về Saigon ba ngày chỉ để đi coi chiếu bóng. Hết rạp này sang rạp khác không chừa một phim nào. Xong rồi lại đi. Một lần tôi bảo chàng.

- Mấy ông anh có gia đình cả rồi sao không khuyên chú út lấy vợ đi, cứ cà nhổng lang bang hoài rồi đợi già mới lấy vợ đẻ con ra, làm sao nuôi chúng.

Chàng nhìn tôi hỏi:

- Khuyên hay xúi chú ấy lấy vợ.

- Khuyên.

Chàng lắc đầu:

- Dùng chữ không chỉnh. "Ốc rô"!

Cũng một lần chúng tôi dẫn lũ con tới thăm cô Trương của chàng. Bà cụ đã già, suốt ngày chỉ cầu nguyện cho họ hàng. Trong câu chuyên bà cụ hỏi thăm hết lượt các cháu. Rồi cụ nói:

- Còn anh Út sao các anh, các chị có tính nhắm đậu cho anh ấy chưa?

Tôi nói:

- Chú ấy còn kén cô ạ.

Bà cụ nói:

- Hôm nào anh ấy về Saigon anh chị nói cô muốn gặp, cô muốn anh ấy có vợ con đàng hoàng trước khi cô chết.

Đến đây bà cụ xụt xùi:

- Tội nghiệp nó là Út. Ông bà chết sớm, bà bé lại không có ở đây. Các anh phải khuyên bảo em nó chứ.

Tôi liếc nhìn chàng, thấy chàng chúm chím

cười. Chợt chàng nói:

- Kệ chú nó cô ạ.

Bà cụ nhăn mặt:

- Anh nó thế thì còn ra cái gì nữa.

Tôi tố chàng với bà cụ.

- Nhà con lúc nào cũng làm như khổ vì vợ con lắm cô ạ. Anh toàn xúi người ta đừng lấy vợ.

Bà cụ chạc miệng:

- Bậy, bậy quá. Con trai, con gái lớn lên phải có vợ, có chồng sinh con, đẻ cái để thờ phượng chúa chứ.

Tiện thể tôi tố luôn:

- Nhà con có đạo nghĩa gì đâu. Cả năm chẳng xưng tội rước lễ. Chủ nhật không đọc kinh. Khi con và các cháu đọc kinh tối nhà con lủi vào phòng ngủ đọc sách. Có khi còn nháy mắt rủ thêm mấy đứa nhỏ bỏ kinh nữa.

Bà cô kêu lên:

- Chúa ôi!

Tôi tố thêm:

- Ảnh chẳng đạo nghĩa đã đành lại còn rủ rê thêm mấy đứa con nữa. Hồi làm quen với con chủ nhật nào ảnh cũng tới nhà thờ, vì thế con tưởng anh ấy ngoan đạo lắm.

Bà cụ thở dài, hai mắt rôm rớm lệ. Tôi liếc nhìn chàng thấy chàng luống cuống. Tôi biết chàng đang tìm cách chống đỡ. Quả nhiên chàng cầm tay bà cụ ôn tồn:

- Cô thấy con… giỏi không.

Bà cụ còn chưa gật đầu, chàng tiếp:

- Con đi làm nuôi lũ trẻ bảy đứa, chúng đi học đàng hoàng, quần áo tươm tất, đứa nào cũng khỏe mạnh khôi ngô. Thế là con giỏi chứ cô.

Bà cụ gật đầu nhưng trách:

- Lo phần xác thì phải lo phần hồn chứ. "Được lời lãi cả về thế gian lỗ vốn mất linh hồn vô ích?"

Chàng cười:

- Dạ có chứ. Đứa nào cũng lo đầy đủ cho chúng. Rửa tội, chịu phép thêm sức. Xưng tội rước lễ.

Bà cô hỏi:

- Thế sao tối sáng anh không đọc kinh với cả nhà?

Chàng ngồi ngẩn ra cứng lưỡi không nói được. Tôi che miệng cười quay đi. Chẳng may cho tôi lúc đó có chú Lập con út bà cụ mới về tới, thế là chàng có đồng minh, chàng kể lể:

- Con tuy không đọc kinh nhưng lúc nào con cũng nghĩ tới Chúa. Chủ nhật đi lễ, ngày nào bận con mới phải chịu không đi.

Tôi chưa kịp nói gì thì chú Lập đã phụ họa với chàng.

- Bây giờ theo đạo là ở trong lòng mà thôi, đâu cần phải ngày nào cũng khóc lóc cầu kinh xin chúa. Đạo cốt nhất là mình có một đời sống nhân nghĩa.

Được người thình lình về phe, chàng hứng khởi.

- Đúng đó. Cô thấy con sống đàng hoàng, thương vợ, thương con, trong lòng kính yêu chúa, thế là con đáng được nhất rồi còn gì.

Bà cụ mỉm cười:

- Ừ. Muốn gì thì gì cũng phải nhớ tới chúa nghe không. Anh như thế là tốt rồi, nhưng cũng nên siêng năng đi nhà thờ, đọc kinh tối sáng. Đâu cần nhiều, một hai kinh trong vài ba phút cũng được. Cô thấy các cháu nên người cô cũng mừng lắm.

Bà cụ khuyên nhủ xong bèn quay sang tôi hỏi han về việc nhà cửa. Thế là tôi phải trình bày với cụ về những công việc nuôi con, săn sóc chồng. Còn chàng, chàng quay qua đấu chuyện văn nghệ, chính trị với chú Lập. Họ cười nói vui như tết vậy. Khi chúng tôi ra về chàng hỏi:

- Ăn phở không?

- Không.

- Lần sau đừng có tố cáo nữa nhé, cô thương tôi mà, đâu có rầy la. Tố cáo vô ích.

Tôi khỏ:

- Bà cụ cũng khen tôi giỏi, biết quán xuyến việc gia đình. Anh có khen em được câu nào bao giờ đâu.

Chàng cười:

- Thì tôi không khen nhưng bà cô tôi khen còn không thích sao.

- Em muốn anh phải khen em cô.

Chàng chép miệng:

- Ừ thì khen cái thói đi đến đâu tố đến đó, chẳng biết bôi xấu chồng như vậy có mập mạp thêm được chút nào không.

*

Gần tết, gia đình bác Thân từ ngoài Trung di chuyển vào. Nhà bác có 9 đứa trẻ. Lớn nhất mười tám, nhỏ nhất ba tuổi. Chín cộng với bảy nhà tôi vị chi là mười sáu. Mười sáu đứa con cùng năm người lớn. Ấy là chưa kể người giúp việc. Quí vị thử tưởng tượng mà coi, bữa cơm sẽ… vui như thế nào. Nồi cơm to như cái vại. Các món ăn cũng phải thật nhiều. Lũ trẻ chí chóe cãi nhau rất là ồn ào thường trực. Lúc nào chúng nó không cãi nhau, chỉ nói chuyện không thôi trong nhà đã như cái hội hè đình đám vậy. Chàng nói:

- Nhà này đúng là một trung đội. Bữa cơm như ở trong trại lính.

Người lớn thường xuyên phải xử kiện. Dĩ nhiên muốn cho êm chỉ có cách mắng át cả hai phe. Chỉ nguyên những đôi dép của chúng cũng đã là những nguyên nhân cãi cọ. Đứa nọ đi lộn dép của đứa kia. Hoặc là hai đứa lỡ đụng phải nhau bèn có đứa khóc liền.

Đi học, Khang có thêm cu Tèo cùng lớp. Cu Tèo học giỏi, mới tháng đầu cu cậu đã bợ nhẹ thứ tư. Khang có người học cùng nên ganh đua phấn khởi, bò lên được hạng hai mươi bốn. Con đang gần bét lên được trung bình chàng có vẻ mừng lắm. Tuân học cùng với Nguyễn Bi cũng lên được thứ mười bốn. Hiền không có anh nào cùng lớp, tuy vậy đã kiếm được một phiếu màu hồng. Anh chàng này sướng nên mấy ngày cứ cầm phiếu điểm đem đến trước mặt bố đọc to: đức dục, đạo lý chín điểm... Nó đọc đi, đọc lại, chàng nghe hoài không chán. Tôi bực mình:

- Bố con sướng lắm.

Chàng bảo:

- Chứ sao. Hiền đọc lại cho bố nghe.

Thế là Hiền lại đọc điểm nữa. Trong lòng tôi cũng vui lắm, nhưng tôi tức cười vì bố con họ vui lộ liễu quá. Trong năm đứa đi học chỉ còn Thái là vẫn gần bét. Tôi rầy la Thái, nó rưng rưng nước mắt, chàng an ủi con:

- Tháng sau thế nào Thái cũng lên trung bình.

Cu Thái được bố an ủi cảm động quá nó rúc vào lòng chàng, ôm bàn tay chàng ấp lên mặt. Chàng nói tiếp:

- Con cố gắng lên trong lớp chú ý nghe giảng cố gắng làm bài, về nhà có bài nào học thuộc bài đó rồi hãy đi chơi, thế là sẽ tiến nhanh và sẽ được xếp hạng cao.

Cu Thái bủn rủn người:

- Học giỏi giống bố hả bố.

- Ừ.

Chàng ừ và liếc nhìn tôi. Ý chàng muốn chọc tôi chăng. Tôi nói:

- Học dốt giống mẹ.

Chàng vỗ tay đôm đốp khen:

- Em giỏi lắm. Em thông minh lắm.

Ở đời như vậy đó, nếu mình biết nói mình dốt người ta giỏi, mình tốt người ta thông minh ấy là mình sẽ được người ta khen mình giỏi, khen mình thông minh. Tôi được chàng khen, nghĩ bụng cũng cần khen lại, bèn nói:

- Anh cũng giỏi, anh cũng thông minh.

Chàng gật gù:

- Ở đời ai cũng đều thông minh cả, nhưng có hai loại thông minh. Một là loại người thông minh đến nỗi biết mình là ngu dốt còn một loại người thông minh đến nổi tưởng mình thông minh thật!

- Anh thuộc loại nào?

- Em thuộc loại… hai.

Tôi cáu:

- Em hỏi anh thuộc loại nào?

Chàng cười:

- Rất buồn là anh cũng cùng loại như em.

Tôi nguýt chàng. Chàng thở dài:

- Thôi bây giờ hai đứa mình tìm cách trở thành loại thông minh ngu dốt cho rồi. Được không?

Thế là chúng tôi hòa thuận nhau.

Trở lại chuyện học hành của các con tôi. Vấn đề nan giải của gia đình tôi bây giờ là việc học hành của lũ trẻ. Chương trình của chàng là có ý di chuyển đến ở khu Bà Chiểu cho các con đi học gần. Hiện nay chúng tôi ở nhờ nhà người anh, ông ta lại mới dọn về với chín đứa trẻ. Nhà tuy rộng, nhưng đông trẻ cũng vất vả lắm. Buổi trưa, chàng ở sở luôn vì có về nhà ăn cơm cũng hết buổi trưa chẳng ngủ được. Mà chàng thì cần một giấc ngủ. Mỗi trưa.

Chàng là người ăn được, ngủ được. Ăn được thì đã nói rồi. Còn vấn đề ngủ. Nếu không có việc gì chín giờ tối đặt mình xuống chàng có thể ngủ ngay. Nhưng nếu phải làm việc chàng cũng có thể thức rất khuya. Dĩ nhiên sáng hôm sau chàng dậy rất trễ. Có khi chín, mười giờ không có người kêu dậy chàng vẫn ngủ tiếp.

Tuy vậy gặp những tối chàng cần suy nghĩ lo

âu, tôi thấy chàng trằn trọc suốt đêm. Nằm một lát chàng lại trở dậy hút thuốc uống nước.

Chính tôi cũng vậy. Những công việc trong nhà thường làm tôi phải lo lắng nhiều. Tôi nằm tính toán tiền bạc chi tiêu trong nhà, tính toán các nhu cầu cho các con tôi, tính toán cả từ ký đường lon muối...

Nhiều khi tôi không ngủ được, lại gặp lúc chàng đang ngủ say, tiếng ngáy vang nhà, tôi bèn ghen tức muốn đánh thức chàng dậy.

Hoặc là đang ngủ, tôi chợt nghe có tiếng động gì đó phía ngoài. Con mèo nhảy trên mái bếp chẳng hạn, hoặc gió rít qua khe cửa, hoặc tiếng xe chạy ngoài đường... tôi có thể bị thức dậy. Và khi tôi đã bị thức dậy như vậy, tôi sẽ mất ngủ luôn. Trong hoàn cảnh ấy, tiếng ngáy vang vang của chàng càng khiến tôi cảm thấy cô đơn hơn. Tôi lay lay chàng:

- Anh à.

Chàng ú ớ.

- Gì đó?

- Có ai rình mò nhà mình.

Chàng càu nhàu rồi lại ngủ. Tôi lay nữa, chàng hất tay tôi ra mà ngủ tiếp.

Thế nhưng nếu bé Vịt mà lay chàng dậy đòi cho nó đi tiểu, nhất định là chàng phải dậy dù buồn ngủ đến đâu. Con Bự nhõng nhẽo lắm. Nó hành hạ chàng đến nơi đến chốn. Nó cậy mắt cho chàng phải mở ra. Chàng phải bồng nó vào phòng tắm cho nó đi tiểu rồi phải bồng nó trở lại giường nó mới chịu. Chưa hết. Nó còn bắt chàng phải ôm nó ngủ.

- Bố quay mặt lại với con.

Đã buồn ngủ nhíp mắt chàng đã chịu đưa nó đi tiểu xong lại phải nhường nó thêm một việc này, tôi nghe chàng càu nhàu:

- Quay lại đây rồi... bà tướng.

Con nhỏ bị bố nói xẵng, nó thút thít khóc tủi thân muốn yên thân mà ngủ chàng lại phải xuống nước dỗ dành:

- Ờ thôi ngủ đi ba thương.

Con nhỏ hài lòng, nó nằm yên. Tôi biết chàng đã lại thiu thiu ngủ bèn đến phiên mình phá, tôi nói khẽ:

- Quay lại đây với tôi.

Không nghe chàng nói, tôi mè nheo tiếp:

- Quay lại đây.

Chàng vẫn không nói gì. Tôi bèn quơ tay lật chàng quay sang tôi, tức thì con bé Bự khóc nức nở phía sau lưng chàng. Bàn tay bé bỏng của nó cũng quờ quạng trên người chàng kéo lật sang:

- Bố quay sang với con.

Tôi cũng nói:

- Quay sang đây với tôi.

Trong đêm tối tôi nghe chàng đập hai chân trên mặt đệm rên lên:

- Thế này thì tôi chết quách đi cho êm chuyện.

Tôi vẫn giữ chặt lấy chàng, trong khi con bé cũng ráng sức lật nó nấc lên thảm thiết. Chàng lại kêu lên:

- Có để tôi ngủ không. Tôi làm việc suốt từ tối đến nửa đêm vất vả.

Con bé Bự rất ương ngạnh. Nó đã đòi là phải chiều nó. Tôi cố ý hành hạ chàng vì tôi không ngủ được. Nhưng chàng đã quay phắt sang với con. Tôi dỗi:

- Để tôi nằm một mình hả?

Chàng xuống nước năn nỉ:

- Để anh dỗ cho con nó ngủ đã.

Nhưng nếu chờ con nó ngủ dĩ nhiên chàng cũng ngủ từ khuya rồi. Tôi lại phá chàng. Tôi khẽ sờ tay lên mặt chàng tìm mí mắt mà cậy. Chàng bị nhột ngủ không được nữa bèn ngồi dậy.

Một lát, chắc là tỉnh ngủ, chàng bỏ ra ngoài. Tôi tưởng chàng đi uống nước.

Sáng dậy mới khám phá ra rằng đêm qua không ngủ được vì bị phá hoài chàng bèn xuống bếp nấu mì ăn đỡ buồn. Bằng cớ là chén muỗng còn đó.

Buổi trưa lũ trẻ nhà tôi thường là không thích ngủ trưa. Ngoài hai con bé gái đứa nào cũng làm một giấc mấy giờ đồng hồ, mấy thằng con trai không hiểu sao chúng không chịu ngủ trưa. Tôi phải buộc chúng lên giường nằm. Trong nhà tôi có cái lệ bắt chúng phải để tay lên mắt dỗ giấc ngủ.

Hiền và Tuân tôi bắt vào nằm trong phòng tôi. Có những trưa chúng ngủ được, cũng có trưa chúng nằm đó nhưng chỉ tìm cách thoát ra khỏi phòng. Chúng ấm ức khó chịu. Có khi còn chọc ghẹo nhau nữa. Tôi quát:

- Để tay lên mắt ngủ đi. Mỗi đứa quay mặt đi một phía.

Chúng làm theo nhưng chờ cho tôi ngủ rồi chúng khẽ ngồi dậy rón rén bò ra cửa. Tôi nghe tiếng kính cửa mở, mở mắt nhìn ra, cu cậu biết động bèn nằm phục xuống ngay cửa giả vờ ngủ. Tôi gọi vào bắt nằm lên giường lại. Cũng có khi tôi mở mắt ra đã chẳng thấy chúng đâu nữa. Có lẽ chúng đã hợp nhau lại làm giặc ở dưới nhà rồi cũng nên.

Mỗi đứa con tôi đều có những trò chơi khác nhau khi đi ngủ.

Linh phải đọc truyện. Tuân thì phải cầm tay

Linh mới ngủ được. Hiền hay chơi bi trong chăn. Khang hay chổng mông nằm phủ phục hàng giờ trước khi ngủ. Bé Bự móc mũi hay móc tai, có khi nằm nhìn lên trần nhà hồi lâu rồi mới ngủ được. Con bé Vịt luôn luôn cần có một cái khăn, một cái áo hay nắm bông gòn viên viên trong tay. Dĩ nhiên chị ta cũng cần tới vú cao su mà trong gia đình tôi quen gọi là cái bù tì. Anh chàng Thái lại có trò đặc biệt nó bị bịnh xịt mũi luôn hồi và đẩy bàn tay quệt ngược mũi lên mặc dầu nó không chảy mũi. Đó là những thói quen của các con tôi. Ấy vậy mà cũng trở thành thú vui của chàng. Có những lúc chàng ngồi buồn bèn đột ngột hỏi:

- Linh đang coi sách gì vậy.

Cu Linh nhe răng cười không nói. Thái hấp tấp:

- Chắc ổng coi kiếm hiệp đó bố!

Linh bị tố oan, nó đưa quyển sách ra nói:

- Ê, kiếm hiệp đây đó hả? Tôi đọc cuộc đời chúa cứu thế.

Thái cười:

- Ai bảo ông không nói. Bố hỏi ông chỉ nhe răng

cười.

Rồi mặc mấy anh em nó nói đi, nói lại với nhau.

Chàng để ý sang vấn đề khác. Tôi hiểu rằng chàng hỏi Linh đọc sách gì chỉ là để mà hỏi. Hỏi rồi thôi. Hỏi để nghĩ đến một vấn đề nào đó.

Cũng có khi con bé Vịt đang ôm một chiếc khăn miệng nó ngậm bù tì chạy loanh quanh trong phòng, chàng nhìn con một hồi chợt cười thách lên rồi nói:

- Lại đây Vịt.

Con Vịt lắc đầu bỏ chạy, chàng rượt theo lấy chiếc bù tì ở miệng nó ra:

- Dơ quá. Lớn rồi không cho ngậm nữa.

Con nhỏ lăn ra khóc. Tôi phải can thiệp chàng mới trả lại nó. Rồi chàng cười. Tôi cằn nhằn:

- Chỉ chọc cho con nó khóc thôi. Đã không giữ nó còn phá.

Tôi trách gì mặc tôi, chàng đâu có để ý vì chàng đã lại nghĩ sang chuyện riêng của chàng.

Chàng hay chọc các con. Lạ thế chứ. Có nhiều lúc tôi có cảm tưởng chàng cũng trẻ con như chúng. Thậm chí chàng cãi nhau tay đôi với con bé Vịt nữa. Thật khổ. Nuôi 7 con thơ lại thêm ông chồng như chàng thành tới tám con thơ vậy. Lũ trẻ mách tôi, chàng cũng thưa kiện.

- Em bảo chúng nó này. Phá tôi hoài mệt quá.

Nhiều khi tôi quên mất chàng là bố chúng nó, nghe chàng mách, theo thói quen tôi bèn phân xử:

- Tuân, con làm gì bố thế?

Tuân sợ ríu lại, nó ngọng nghịu:

- Không.

- Thế sao bố la oai oái vậy.

- Con không.

Tôi quay sang chàng… thẩm vấn:

- Nó làm gì anh.

Chàng lặng thinh. Tôi cáu:

- Nó làm gì không nói vậy mà kêu oai oái. Nói không cho nó hả?

Chàng trợn mắt với tôi.

- Tính xử kiện tôi đấy hả. Tôi bảo dẹp chúng nó đi cho tôi yên chứ có bảo xét xử đâu mà hỏi cung tôi quá vậy.

Tôi phì cười:

- Đau đầu quá. Đấy bố con liệu mà bảo nhau.

Cu Tuân bị tôi nạt nó lại chui đầu rúc vào lòng chàng. Chàng lại kêu lên:

- Bảo nó này.

Lần này tôi không thẩm vấn nữa, tôi quan sát. Thấy chàng càng đẩy ra cu Tuân càng chúi đầu rúc vào lòng bố.

Tôi nói:

- Nó thương, quí, chiều anh nên sấn vào lòng chứ có gì mà anh mách.

- Nhưng lúc này tôi xin không nhận cái thương, quí, chiều đó. Cho tôi nghỉ yên một tí.

Tôi bảo Tuân:

-Ra sân chơi với các anh.

Cu Tuân khóc sụt sịt, tôi cáu quá, quát lên:

- Khóc hả. Quỳ xuống quay mặt vào tường.

Lúc đó chàng lại bênh con:

- Nó… làm lỗi gì mà bắt nó quì.

Tôi buông sõng:

- Quỳ cho yên.

- Quỳ cho yên là làm sao? Nếu quỳ cho yên thì phải bắt cả… hai đứa quỳ chứ.

Tôi phì cười:

- Ai nữa?

Chàng chỉ vào mình:

- Tôi này.

Tôi vênh mặt nói nhỏ:

- Thì… quì đi.

Chàng bĩu môi. Chàng kêu Tuân ra bế trong lòng nựng nịu. Nhìn cảnh đó tôi chán nản. Bị con nhõng nhẽo chàng la bài bải với tôi, tôi giúp chàng dẹp yên được chúng, lại bị mang tiếng ác. Rồi cha con họ vui vẻ với nhau, thủ thỉ với nhau, không chừng họ còn... nói xấu tôi nữa. Tôi nghe chàng thì thầm với con:

- Không cần hé. Chơi với bố còn thích hơn.

Tôi cáu quá nói sang:

- Ngay từ lúc nó nhõng nhẽo anh không bế ẵm nó như bây giờ mà lại kêu bai bải. Đã la lối rồi bây giờ lại bế ẵm nó. Thế có phải anh chỉ xử trí tùy hứng không. Anh không có nghiêm chỉnh cho các con nó noi theo.

Nghe tôi "lên lớp" có lẽ chàng cũng cho là phải tôi thấy chàng lặng thinh, nhưng rồi hai cha con họ nằm ôm nhau. Tôi buông tiếng thở dài:

- Từ nay trở đi có gì mặc xác cha con anh với nhau, tôi không hơi đâu xử hộ nữa.

Thằng cu Tuân thường bắt chước chàng. Tôi thấy nó có những lời nói cử chỉ... vô duyên như chàng vẫn có. Một lần Tuân đang thơ thẩn, thấy con bé Vịt đến gần Tuân ta bèn dụ:

- Ra đây anh cho ăn bánh.

Con Vịt thấy nói bánh thì theo anh liền.

Tuân bắt đầu hành hạ con bé:

- Nói thương anh đi đã.

Con bé lại bập bẹ.

- Thương…

Tuân lại hỏi:

- Thế có thương bố không?

- Có.

- Thế có chiều bố không?

- Có.

- Thế có…

Cứ như vậy mà nó hỏi, bắt con bé phải vất vả trả lời. Thương, quí, chiều, cưng, lắm lắm, vô cùng, hết sức, nhất nhà… Mà nó có thấy bánh kẹo gì đâu. Trả lời anh một thôi, con Vịt cáu quá bèn đòi:

- Bánh.

Lúc đó chàng Tuân mới ngả sang giọng gàn:

- Thôi. Đừng thèm ăn bánh. Nằm đây anh bế

còn thích hơn hả?

Thế là con Vịt khóc toáng lên. Cu Tuân sợ quá dỗ dành. Nhưng càng dỗ nó càng khóc hơn...

Tôi chứng kiến cảnh đó từ đầu đến lúc đó vừa bực mình vừa không nhịn được cười:

- Bánh của nó đâu?

Tuân gãi tóc rối bù lên:

- Con... không có.

- Thế sao lại dử em là cho nó ăn bánh.

- Con thương em.

Tôi nạt:

- Thương thì phải có bánh thật cho nó chứ. Dử rồi không có cho nó ăn, nó khóc ầm ĩ nhà cửa lên đó, làm sao cho nó nín thì làm.

Cu Tuân bèn cầm lấy tay con bé Vịt vỗ về. Con bé giật phắt tay ra ngồi phịch xuống nền nhà khóc lớn hơn. Cu Tuân sợ quá. Tôi kêu chàng chứng kiến sự việc và kể cho chàng nghe, chàng trách:

- Con Vịt nó giống em. Chẳng biết lấy tinh thần

làm quí, chỉ ăn thôi.

Tôi trố mắt nhìn chàng, chàng giải thích thêm.

- Tuân nó làm gì có bánh, nhưng nó có... lòng với em nó, nó hứa cho ăn bánh là quí rồi, vậy mà cứ đòi bánh cho bằng được là sao. Sống ở đời phải coi tinh thần trọng hơn vật chất chứ.

Tôi đẩy con bé Vịt vào lòng chàng:

- Đó. Tinh thần đây ông quí đi.

Chàng bế bé Vịt lên dỗ dành, lại giất tay Tuân để an ủi. Tuân phụng phịu:

- Con nghỉ chơi bé Vịt ra.

- Ừ.

Nhưng bé Vịt vẫn chưa quên nó đòi:

- Bánh!

Bây giờ đến phiên chàn ấm ớ:

- Ừ, bố bế con nghe.

Tôi phì cười:

- Sao không nói bố bế còn ngon hơn ăn bánh.

Con Vịt được bố bế nhưng chưa thấy bánh đâu lại khóc. Tôi nói:

- Thôi ông ôi! Bố con ông đừng ấm ớ nữa. Hãy thực tế một chút. Nó đòi ăn bánh thì hãy kiếm bánh cho nó ăn. Dẹp chuyện tinh thần đi. Con bé nó càng khóc dữ, chàng dỗ dành thế nào nó cũng không nín. Cuối cùng chàng phải mở hộp bánh mặn lấy cho nó ăn. Cu Tuân cũng được đền vài cái. Thế là cả hai anh em nó cùng vui vẻ. Chỉ có chàng bực mình cau có:

- Chỉ ăn thôi.

Tôi cố nín cười:

- Thời buổi này mà cứ đòi lấy tinh thần thay thế cho vật chất sao được. Phải vừa vật chất vừa tinh thần mới đủ.

Chàng có vẻ chịu nhịn không cãi nữa. Khi con nhỏ Vịt ăn hết bánh, nó đòi chàng bế. Chàng vẫn còn hận nên xua đuổi nó, con bé lại khóc. Chàng nói:

- Đòi ăn thì đừng lại đây nữa.

Con nhỏ không chịu, nó đưa hai tay theo chàng.

Tôi bèn nói:

- Đã bảo phải có đủ hai thứ, vật chất và tinh thần. Bánh ăn rồi nhưng nó vẫn cần anh nựng nịu. Khi nào nó no mới thấy cần anh bế nó.

Thế là chàng lại đành chịu thua. Chàng bồng nó lên đi tới đi lui được đúng một vòng phòng khách rồi đặt nó ngồi xuống ghế xẵng giọng:

- Đó. Bế rồi đó. Nựng rồi đó. Tinh thần rồi đó.

Con tôi nó phải giống tính tôi, chúng nó đều không chấp nhận cho ai hất hủi. Đã bế bồng là phải bế bồng dịu dàng không được vật vã, không được hất hủi.

Chàng bẳn gắt với con Vịt.

- Ừ thì dịu dàng. Đó dịu dàng rồi đó.

Tôi thấy tội nghiệp con bé nên dụ nó:

- Ra đây với mẹ.

Con nhỏ tụt xuống đất lon ton chạy tới tôi. Tôi bồng nó lên:

- Không cần nghe con. Mẹ thương. Con nói bố

già đi.

Con bé Vịt bập bẹ:

- Bố già.

- Nghỉ chơi bố ra.

- Nghỉ chơi bố ra.

Chàng ngồi xuống ghế móc thuốc hút chăm hút rồi chửi:

- Pẹ!

Con bé Vịt bắt chước liền, nó chửi:

- Pẹ!

Tôi cáu quá cự nự chàng:

- Cứ dạy cho nó tập chửi đi. Tuổi này đang ở thời kỳ bắt chước, anh toàn là nhồi vào trí tưởng của nó những thói xấu thôi. Chàng không dạy con chửi nữa, chàng thè lưỡi và hất hàm, con bé Vịt cũng làm theo y hệt.

Chàng khoái chí:

- Con này giỏi. Thông minh lắm.

LÁ XANH

Mấy đứa con tôi, đứa nào chàng cũng dạy nó chửi đầu tiên. Và rồi lớn lên đứa nào cũng quí chàng và chúng... ít khi chửi tục nữa. Thỉnh thoảng Thái có mang về nhà một vài tiếng học mót được khi đến trường, chàng bèn sửa ngay, chàng nói với các con:

- Chửi tục, nói bậy là xấu. Không nên.

Tôi hỏi:

- Thế sao hồi chúng bập bẹ tập nói anh lại dạy nó chửi.

Chàng hừ một tiếng rồi cãi:

- Hồi nhỏ cho nó chửi để lớn lên nó không chửi nữa.

Và có những lần các bác hỏi thăm cháu bao lớn, chàng suy nghĩ rồi khoe:

- Nó biết... chửi rồi.

Dĩ nhiên chàng bị các bác trách móc về phương pháp dạy con kỳ cục đó. Nhưng chàng vẫn tiếp tục áp dụng cho tới con bé út này.

Có những lúc con Vịt ngồi trong lòng tôi, tôi

mải coi báo khi bỏ tờ báo xuống bắt gặp bố con họ đang thè lưỡi chửi thầm nhau, bị tôi bắt gặp chàng giả bộ quay đi giấu diếm.

*

Tóc trên đầu chàng có những sợi trắng lũ con tôi đã khám phá điều đó. Chúng reo ầm lên:

- Ô bố mình… già rồi.

Tôi nghe thế cũng hơi bàng hoàng. Chúng tôi đã già rồi sao. Tôi bèn coi đầu chàng quả thật thỉnh thoảng đã có những sợi tóc trắng. Tôi bảo chàng:

- Nằm xuống đây em nhổ cho.

Chàng nằm gối đầu trên thanh cửa số tôi kiếm chiếc nhíp và bắt đầu bới tóc tìm kiếm, chàng nằm yên trầm ngâm. Tôi nói đùa:

- Già rồi mà còn như trẻ con.

Chàng vẫn lặng thinh. Tôi lại nói:

- Nhổ hết tóc trắng đi cho các cô ấy không thấy anh già.

Chàng cũng vẫn lặng thinh, tôi lại tiếp:

- Nếu mà tôi bắt gặp anh đi với con nào là chết với tôi.

Chàng gạt tay tôi ra:

- Thôi đừng nhổ tóc trắng nữa.

- Sao vậy.

- Để khỏi có bồ, để khỏi sinh chuyện.

Tôi ghìm đầu chàng xuống tiếp tục:

- Nhưng tôi cũng thích anh không có tóc bạc.

Chàng cười:

- À, thế ra em muốn anh trẻ và của riêng em.

Tôi gật đầu. Chàng nói:

- Mỗi sợi bao nhiêu tiền công nhổ.

- Một trăm.

- Một đồng.

Tôi bĩu môi, chàng tiếp:

- Một đồng ba sợi. Được mấy rồi.

Tôi đếm rồi nói:

- Ngàn rưởi rồi.

Chàng tính nhẩm:

- Mười lăm sợi vị chi là năm đồng.

Tôi vò tóc chàng rối bù lên:

- Bây giờ năm đồng cho con nít nó cũng không thèm.

Những sợi tóc trắng trên đầu chàng cũng đã đem lại cho chàng những phút thích thú. Lúc rảnh rỗi chàng nằm gối đầu cửa số trầm ngâm kêu các con nhổ tóc. Chúng còn bé nên tìm kiếm lắm mới được một sợi. Hồi đầu chàng hay kêu Khang, anh chàng này ụt ịt và tỉ mẩn. Khang nhổ được một thời gian nó cũng chán cái nghề đó, mặc dù chàng đã chịu tăng thù lao lên một đồng một sợi. Chàng nói:

- Tăng để phù hợp với vật giá leo thang.

Khi Khang chán, chàng kêu nó, nó chỉ lờ lững, chàng dùng tình cảm Khang cũng chỉ cảm động được thêm một lần. Rồi nó cũng không chịu nhổ tóc cho bố. Nhưng được cái nhà tôi đông nhân số, công nhân dĩ nhiên cũng nhiều, vì thế cu Tuân bèn xin việc. Có lẽ cũng vì ảnh hưởng bởi cuộc đình công của Khang nên chủ nhân đã phải mua chuộc với Tuân:

- Đồng một sợi, trả tiền ngay.

Thế là cu Tuân bắt đầu nhận việc. Cũng may là mấy tuần lễ Khang nó không nhổ nên tóc trắng khá nhiều. Tuân tuy bé nhưng ngồi một lúc nó kiếm được ba chục.

Tuy vậy cũng có một tai nạn nghề nghiệp xảy ra. Tự dưng tôi nghe chàng ta la bài bải và nhổm dậy. Té ra cu Tuân mải mê quá nên để rãi nhỏ xuống mặt bố. Chàng lấy khăn lau mặt. Cu Tuân chỉ còn nước ngồi gãi tóc lên mà ân hận. Nhưng rồi chàng cũng phải phủ dụ nhân công.

Chàng phát cho nó ba chục. Tuân bèn nhờ Linh đi mua kem về chia cho các anh, các em. Những cây kem này đã thu hút đứa trẻ vào nghề nhổ tóc trắng cho bố chúng. Thái cũng đòi nhổ. Con Bự cũng đòi nhổ, chàng trách:

- Thấy Tuân nó kiếm được tiền nên mới đòi nhổ

tóc cho bố hả.

Thái thanh minh:

- Con nhổ không lấy tiền mà.

Giới chủ nhân đã lên hương thế đó.

Cũng có một lần, chàng nhờ cháu Hương con bác Trận nhổ tóc. Cháu Hương đã lớn, đang học đệ nhất, Hương nhổ rất nhanh và lại tìm ra được một trứng chí trong tóc chàng, Hương đem khoe ầm cả nhà. Tôi thấy thế biến sắc mặt. Tôi làm gì có chí. Đầu tóc tôi lúc nào cũng sạch khô ran và thơm tho. Vậy từ đâu chàng có chí trên đầu. Có lẽ chàng có tật, giật mình nên khi cháu Hương nói:

- Đúng là cái trứng chí. Cháu ép vào giữa hai móng tay, cái trứng vỡ ra kêu đánh "bép".

Chàng nhăn mặt:

- Cái miệng làm gì mà bô bô mãi vậy. Chú bảo nhổ tóc sâu chứ có bảo bắt chí đâu.

- Nhưng cháu bắt gặp.

- Thì cứ... kệ nó ở đó.

Tôi hỏi chàng:

- Tại sao có chí.

Chàng đưa bàn tay lên giũ tóc:

- Chí đâu mà chí. Chắc là cái cục gì trắng trắng.

Hương vẫn ngây thơ:

- Trứng chí thật mà chú.

Chàng la lên:

- Thôi đi bà ôi. Cái miệng sao bép xép quá.

Cả nhà cười rũ, tôi thì giận vô cùng. Tôi phải hỏi xem thấy từ con nào sang chàng. Trước đó chàng có đi miền Trung một tuần lễ. Huế, Đà nẵng, Nha trang... chắc là chàng có bồ với con nhỏ nào ở ngoài đó. Tôi hỏi:

- Nó là con nào.

- Con gì?

- Con nhỏ nào.

- Làm gì có con nhỏ nào?

- Thế sao có chí.

- Đã bảo là không phải chí.

- Đừng có cãi. Tôi không biết đâu. Đi đâu mà ở thì đi. Tôi không muốn chí rận nó bò sang mẹ con tôi.

- Đuổi hả.

- Ừ đấy.

- Thế thì lại đi nữa.

Tôi hết nhịn nổi:

- Như thế là nhận có con bồ nào rồi hả?

- Nhận bao giờ đâu.

- Thế chí ở đâu có?

- Không biết.

- Bây giờ còn chối không phải chí nữa không?

- Đâu phải trứng chí. Chắc là hạt tấm.

Chàng ngoan cố như vậy. Và từ bữa đó chàng không nhờ Hương nó nhổ tóc nữa.

Thỉnh thoảng chàng còn chọc Hương:

- Đồng bào cẩn thận lời nói nhé. Cái miệng đồng

bào hơi bô bô đó. Thấy gì cũng nên biết, không nói nghe không.

Hoặc là nói:

- Mắt mũi gì mà trông gà hóa quốc. Hạt bụi lại ngỡ là trứng chí rồi lại còn nói toáng lên.

Những lần sau, trong khi Tuân đang nhổ tóc cho chàng, chàng vẫn hỏi:

- Con có thấy chí không?

Tuân ngọng nghịu:

- Không.

- Chị Hương chỉ nói tầm bậy hé.

- Dạ…

- Má chỉ… hiểu lầm hé.

- Dạ.

Tôi nghe chàng xách động đồng bào bênh vực mình như thế bèn quắc mắt nạt nó. Cu Tuân sợ hãi. Nhưng tôi hỏi:

- Có chí không?

Tuân vẫn trả lời:

- Không.

Chàng vỗ tay reo:

- Chính nghĩa về ta.

Thực ra tôi cũng muốn chàng không có chí trên đầu, tôi cũng muốn chàng còn chính nghĩa, nhưng tôi không bằng lòng cái thứ chính nghĩa do công lao xách động của chàng. Tôi bèn nói:

- Để tôi nhổ tóc cho.

Chàng chịu liền. Tôi ra công tìm kiếm trứng chí, nhưng chưa bắt được dấu vết nào mặc dầu đã nhổ được cả chục sợi trắng nữa. Chắc chàng cũng hồi hộp chờ đợi, nên khi thấy tôi thất bại, chàng hỏi:

- Trứng chí đâu?

- Đang tìm.

- Nó di cư sang đầu em hết rồi còn gì nữa đâu mà tìm.

Tôi hoảng hồn vò tóc chàng rồi tung lên:

- Có mà! Tóc tôi có chấy là cũng do anh mang

về. Anh phải chịu trách nhiệm.

- Để anh thử kiếm trong tóc em coi.

Tôi cảm động cúi xuống cho chàng tìm kiếm. Chàng ngồi dậy bắt đầu tuồn những ngón tay vào mái tóc tôi. Tôi nín thở cảm động. Bất giác chàng la lên:

- Chết cha! Có con gì như con chí.

Tôi hốt hoảng:

- Đâu đưa em coi.

Chàng vít đầu tôi xuống:

- Ngồi yên đừng động đậy kẻo nó trốn mất bây giờ.

Tôi cố gắng ngồi yên, bàn tay chàng tiếp tục bới tóc tôi tìm kiếm. Một hồi lâu tôi sốt ruột:

- Nó đâu rồi.

- Không biết.

- Mất rồi hả.

- Mới thấy nó đây mà bây giờ đâu mất tiêu rồi.

Tôi vùng vằng:

- Không biết đâu. Anh phải tìm cho ra.

Chàng ậm ừ:

- Ngồi yên đi.

Tôi bị mỏi đầu, mỏi cổ vì cúi lâu quá mà chí chẳng thấy đâu. Tóc tôi lại bị chàng làm rối tung lên. Chàng nói:

- Hay là không phải chí.

- Anh thấy như thế nào.

- Anh thấy cục đen đen.

- Nó có đụng đậy không.

- Không.

- Nó có chân không.

- Không.

Tôi thở dài:

- Liệu có phải là chấy không?

- Không biết nữa.

- Anh chẳng được cái "tích sự" gì.

Tôi vùng vằng; chàng cười hỏi:

- Không muốn bắt chí nữa à?

- Thôi cám ơn. Gẫy cổ tôi rồi mà có thấy chí rận gì đâu.

- Chắc em không có chí đâu. Tại vì đầu anh cũng đâu có chí. Hương nó nhìn lầm hạt bụi ra trứng chí đó.

Tôi thở dài. Rõ thật chán, tôi biết trước là chàng vô dụng như thế này, ngày xưa tôi đã chẳng bằng lòng cho làm đám cưới. Có cục gì đen đen trên đầu tôi mà chàng cũng không xác định được lại còn không bắt được nó để đến nỗi tôi hoang mang không biết là đầu mình có chí hay không.

Tôi còn đang tức, chàng đã nói:

- Thôi, cứ coi như không phải con chí đi. Bởi vì nếu tóc em mà có chí là tôi bỏ đi không về nhà nữa. Tôi còn bỏ luôn không chừng.

Thế hỏi có tức không. Họ đem chí về nhà lây sang tôi rồi họ còn chê bai nạt nộ tôi nữa. Nhưng tôi biết làm sao, tôi đã không bắt được bằng chứng trên tóc chàng, cái trứng chí mà cháu Hương nó nói tôi không được trông thấy, thành ra cũng chẳng biết đầu chàng có chí thực không. Tôi đã tìm mỏi mắt mà không ra một con hay một cái trứng. Trái lại, tóc chàng còn thơm nữa. Tóc chàng rậm và cứng sợi khô ran. Tôi đã ngửi thử đầu chàng, đầu chàng không mùi gì khác ngoài cái mùi của chàng, cái mùi mà tôi đã quen từ hồi mười năm nay và chịu lắm. Thành ra tôi mới chỉ nghe nói đến một cái trứng chí trên tóc chàng, còn tóc tôi, chàng lại nói có hẳn một con chí nữa. Tôi khó nghĩ và đành nói:

- Có lẽ tóc anh không có chí thật. Hương nó trông lầm.

Chàng cười khoái chí:

- Đúng vậy. Tóc anh sạch và thơm thế này làm gì có chí. Cả tóc em cũng không có chí đâu.

- Thế con gì anh trông thấy lúc nãy.

- Có con gì đâu.

- Anh nói anh thấy cục đen đen mà.

- Anh bịa đấy.

Tôi trợn mắt:

- Anh dám bịa ra một con chí để cự ngược lại em hả.

Chàng cười trừ:

- Tại kẹt quá. Đầu anh không có chí mà em đã tin là anh có mèo.

Tôi tức nhưng cũng phải cười huề với anh. Tôi nói:

- Thế là không đứa nào có chí trên đầu.

- Đúng vậy.

Tôi thở dài:

- Thật là lẩm cẩm. Vậy mà cứ loanh quanh chuyện con chí bấy lâu nay.

Trong các đứa cháu. Hương vô tư hơn cả. Mỗi khi Hương về học, sau khi thưa bà, thưa ba. Hương ra nói với chàng:

- Thưa chú cháu đi học về.

Chàng thường nhoẻn miệng cười dịu dàng:

- Giỏi lắm.

Cứ như thế quen đi. Lần nào chàng đang bận hoặc nghĩ đến chuyện gì đâu đâu không nghe Hương nó thưa nên lặng thinh, tức thì Hương lại nhắc.

- Chú nói cháu "giỏi lắm" đi.

Chàng lật đật vồn vã:

- Ừ, giỏi lắm.

Cả nhà thấy vậy đều cho là chú cháu họ cùng lẩm cẩm giống nhau. Hồi Hương còn nhỏ, có chú Hòe tới. Chú Hòe hồi đó ở Lực Lượng Đặc Biệt, đội nón xanh mặc áo quần rằn ri. Hương bèn hỏi:

- Chú cho cháu… con dao găm.

Chú Hòe ngạc nhiên:

- Con gái lấy dao găm là gì.

- Cháu… đeo bên người.

Thế là từ đó, lâu lâu chú Hòe ghé chơi đều hỏi thăm cô bé cứ đòi đeo dao găm. Bây giờ Hương đã học trung học. Chú Hòe hỏi:

- Hương có thích dao găm nữa không?

Hương tỏ vẻ không hiểu. Chắc là cô nàng đâu có nhớ một lời nói tự nhiên thốt ra hồi còn nhỏ. Cô bé này có một đời sống nội tâm rất phong phú. Nhiều đêm Hương thức rất khuya, một hai giờ đêm còn để đèn sáng. Hương ngồi hí hoáy làm bài hay vẽ tranh. Trong nhà Hương cũng là đứa biết nhường nhịn anh chị em. Chàng có vẻ quí Hương hơn tất cả.

Và sau có dịp nào chàng bảo Hương nhổ tóc trắng thì chàng cẩn thận nói nhỏ:

- Nhổ tóc trắng thôi nghe không. Có thấy cái gì khác lạ thì cũng kệ nó, đừng có bô bô lên.

Thế là hai chú cháu họ lại lẩm cẩm nói chuyện với nhau. Mỗi khi Hương nhổ được một sợi đưa cho chàng, chàng lại nói:

- Giỏi lắm.

Rồi chàng mân mê sợi tóc trắng cho đến khi Hương nhổ được một sợi khác đưa cho chàng. Hương thường kể chuyện ở trường cho chàng nghe. Cô giáo nào đẹp. Cô giáo nào xấu. Cô giáo nào có chồng. Cô giáo nào chưa. Hương cũng đã kể lại trong trường có những nữ sinh đệ nhất cấp khi đi học đã vẽ mắt xanh, đeo lông mi giả và đánh phấn sáp. Hương nói:

- Có chị diện lắm à, chú biết không.

Chàng ậm ừ:

- Biết.

- Chú biết làm sao?

- Biết có trị… diện lắm.

- Đúng rồi.

Ấy, chú cháu đại khái chỉ nói toàn những câu ấm ớ như vậy. Thật là ngớ ngẩn, chẳng hiểu hai chú cháu có thấy thích thú gì trong những câu nói đó không riêng tôi, tôi có cảm tưởng hai chú cháu đang nói chuyện với đầu gối.

Có một thời gian xe chàng bị hư, buổi sáng đi làm, trưa ở lại sở. Lúc đầu tôi thấy tội nghiệp chàng. Nhưng về sau tôi lại đâm ngại ngùng. Những ngày chàng ở lại sở, chàng đã tìm ra một thứ giải trí mới là đi bơi. Chàng đến hồ tắm gần sở bơi đến giờ làm việc chiều mới trở lại sở. Rồi chàng thích môn thể thao đó. Đến khi có xe chàng bèn rủ các con đi bơi luôn. Tôi thấy cha con họ chỉ bàn tán về chuyện bơi lội, sốt ruột tôi bèn đi theo. Tôi đề nghị:

- Để em mua quần áo tắm đẹp cho các con.

Chàng cười:

- Ừ phải đấy. Cu Khang mặc quần đùi hôm rồi bị tuột xuống đùi vì sợi thun lỏng quá.

Thế là tôi đi phố mua một mớ quần tắm cho lũ trẻ. Buổi chiều thứ bảy tôi cũng theo bố con họ đến hồ bơi.

Tôi là kẻ... sợ nước. Ra Vũng Tầu tôi cũng chỉ ngồi trên quán nhìn ra. Đến hồ bơi dĩ nhiên cũng vậy. Tôi mặc nguyên quần áo ngồi ghế uống nước, nhìn cha con họ đùa rỡn lung tung. Xung quanh chàng tôi thấy rất nhiều đàn bà, con gái mặc đồ tắm hai mảnh. Áo tắm của họ che một phần rất nhỏ thân thể. Tôi thấy thật kỳ cục. Lúc chàng lên bờ đến cạnh tôi, tôi chỉ một bà xồn xồn hỏi chàng:

- Anh thấy bà kia... dễ sợ không

Chàng vừa thấm tóc vừa ậm ừ:

- Ừ. Nhưng sao lại dễ sợ?

- Thì bà ấy cao lớn, lại chỉ mang trên mình có hai mảnh vải nhỏ xíu còn bao nhiêu da thịt bà ấy… phơi ra hết cả. Như thế không kỳ cục là gì.

- Ừ kỳ cục thật.

- Sao anh không… dám nhìn bà ấy.

- Tại có em ở đây.

- Nếu không có em ở đây anh có nhìn không?

- Cũng không nốt. Anh bận coi chừng các con nó bơi dưới hồ.

- Thế nếu bà ấy cũng bơi sát bên cạnh các con mình.

- Cũng kệ bà ấy chứ. Các con mình nó mới là… con mình chứ, bà ấy có phải là… con anh đâu.

- Nói hay nhỉ.

- Thật đó.

- Thế vô tình đi tắm một mình, không có em và

cũng không có các con đi đi theo anh, anh có nhìn bà ấy không?

- Những lần anh đi một mình không thấy có bà ấy.

- Em nói thí dụ cô mà.

- Thì để bao giờ xảy ra anh mới nói được.

Tôi biết chàng cố ý nói lăng nhăng chọc tức tôi. Tôi bèn quyết định.

- Nếu vậy từ nay đi tắm anh phải mang em hoặc các con cùng đi. Anh không được đi một mình.

- Nguy hiểm lắm. Chàng nhún vai:

- Thuận.

Tôi còn đang nhìn chàng dò xét thì chàng hỏi tôi:

- Tại sao em không xuống bơi cho khỏe. Tôi lắc đầu. Tôi nghĩ rằng tôi không hề dám mặc đồ tắm thế kia trước mọi người. Tôi đúng là dân... cù lần như chàng đã nói.

Từ bữa tìm ra thứ giải trí đi bơi, tôi thấy chàng

và các con vui hẳn lên. Tôi nghĩ đó là thứ giải trí chứ chẳng phải là thể thao đối với chàng. Bởi vì chàng có bơi nhiều đâu. Chỉ một hai lần băng qua hồ bơi rồi đùa dỡn với lũ trẻ. Nhưng dù sao đó cũng là những dịp cha con họ vui vẻ với nhau. Tôi ngồi ở trên nhìn xuống tôi thấy như thế. Chàng luôn luôn tươi cười, các con tôi luôn luôn vùng vẫy hoạt động. Nhất là cu Khang nó nhào lộn tưng bừng. Thái cũng bớt khó khăn đi. Thường thường ai đụng đến nó, nó khó chịu ra mặt. Nhưng dưới hồ bơi, Thái bị một đứa trẻ nào đó bắn nước lên mặt nó cũng nhường nhịn được vì chàng giải thích sự liên hệ với đám đông của mỗi người cho Thái hiểu. Và tất cả các con tôi nó trở nên mạnh dạn hơn.

Chàng nói:

- Chỉ vài tuần lễ là chúng nó biết bơi.

Nhưng một hôm cha con họ từ hồ bơi về chàng rầu rầu nét mặt, chàng chỉ Linh bảo tôi:

- Lần sau có đánh con cái thì bắt chúng nằm sấp đét vào mông nó nghe không. Ai lại khi xuống hồ tôi mới thấy lưng cu Linh có mấy lằn roi. Thật xấu hổ.

Nghe chàng nói, tôi cũng ân hận. Thế rồi chàng dặn dò các con:

- Từ nay có đứa nào lầm lỗi mà bị má mầy phạt rồi thì phải nằm chổng mông lên lãnh roi nghe không. Đứa nào bị lằn lưng là bố không cho đi chơi đâu. Xấu hổ lắm.

Tôi nói gạt đi:

- Có lỗi má đánh việc gì mà xấu hổ.

Cu Khang bèn làm thử ngay:

- Nằm chổng mông như thế này phải không bố. Có bị lằn thì phần quần tắm che đi.

Chàng phì cười:

- Ừ, đúng thế.

Từ hai năm nay, đột nhiên càng ngày chàng càng lên cân. Các bác thì khen tôi khéo nuôi, nhưng chàng doạ tôi:

- Để tôi mập quá nguy hiểm. Có thấy những người mập tự dưng đứt mạch máu mà chết không.

Thành ra bây giờ tôi thấy chàng và các con thích đi bơi tôi cũng mừng. Nhưng tôi cũng chẳng hiểu họ ham thích được bao lâu. Chàng vốn dĩ hay chán. Chẳng hạn như trước đây, chàng đòi đóng cho bằng được một chiếc bàn ping-pông. Rồi kịp thời có chiếc bàn của Dũng mang về, thế là chàng xoay trần ra dượt. Chú cháu họ tập dượt được đúng 3 ngày. Một buổi chiều tôi đi phố về thấy Dũng đang quấn băng trên bả vai và cánh tay phải của chàng. Quấn xong Dũng lấy salicilate de methine đổ vào chỗ đó. Rồi Dũng nắn bóp, chàng thì ngồi nhăn nhó. Tôi và bác Thân thấy vậy hoảng quá hỏi:

- Sao vậy!

Bác Thân thì hỏi Dũng:

- Con làm… sao chú vậy.

Dũng cười:

- Chú đánh bóng bàn rồi đau tay.

Tôi thở hắt ra:

- Có vậy mà cũng băng bó tùm lum trông lại tưởng làm sao chứ.

Còn chàng, chàng bắt đầu rên rỉ.

Chàng tạo hình trạng nguy cấp như là chết đến nơi vậy. Đang ngồi trên ghế bành, một đứa con mới đến bên, chàng đã kêu rú thất thanh:

- Đau.

Tôi bực mình quá cự nự chàng:

- Thế ai bảo đánh bóng bàn làm chi.

- Thể thao mà.

- Bầy vẽ.

Và từ đó chiếc bàn pingpong lại để không, lũ trẻ dùng làm chỗ nhảy múa. Chiếc bàn choán hết chỗ trong nhà xe và xe phải để ngoài sân mưa nắng. Chàng không tháo chiếc bàn xếp lại mà phải đợi cháu Dũng về làm việc đó. Tôi thì nghĩ đến kỳ nghỉ hè Dũng về chắc cái bàn cũng đã gãy chân vì trẻ con nó vật lộn bên trên.

Trước đó chàng cũng đã mua mấy chiếc vợt vũ cầu, chiều chiều cha con chàng cũng đã chơi thử. Nhưng hiện nay những chiếc vợt đó đã thất lạc mỗi nơi một chiếc.

Chàng chóng chán như vậy, tôi không rõ lần này ra sao. Chàng có ham đi bơi được lâu chăng?

Với cái khung cảnh... mát mẻ của hồ bơi hy vọng chàng sẽ không chóng chán. Tôi nói với chàng:

- Ở đây mát anh nhỉ?

Chàng chỉ xung quanh:

- Có cây cối xanh tươi, có nước trong, có không khí khoát đạt, nhất định phải mát hơn chứ.

- Anh nói còn thiếu.

- Gì nữa?

- Anh phải nói có người đẹp uõn ẹo đi tới, đi lui nữa chứ.

Chàng chặc lưỡi quay đi. Cu Hiền từ dưới hồ bơi lóp ngóp bò lên. Hiền hỏi:

- Nước này có giống nước biển không bố?

- Nước biển mặn, nước này không mặn.

- Thế bỏ muối xuống hồ bơi có như tắm biển không bố.

Tôi phì cười:

- Muối ở đâu mà bỏ xuống hồ.

- Mua ở chợ, má.

- Tiền đâu bỏ muối xuống hồ làm nước biển. Rõ vớ vẩn quá.

Hiền cười nhe lợi:

- Con thích tắm nước biển.

- Thì xin bố cho đi tắm biển Vũng Tàu. Chàng xua tay:

- Xa quá. Lâu lâu mới đi Vũng Tàu. Tắm ở đây được rồi.

Tôi chọc chàng:

- Bãi biển Vũng Tàu cũng đông người đẹp vậy.

Chàng cau có:

- Cứ nói... nhảm hoài.

- Gì đâu mà anh bảo nhảm.

- Sao không nói chuyện khác.

- Ở hồ bơi đầy rẫy những hình ảnh đó còn có gì

khác mà nói nữa.

- Nói chuyện… văn học, nghệ thuật coi.

Tôi nhún vai:

- Thì những cái đó cũng là văn học, nghệ thuật. Vẻ đẹp phơi ra là mỹ thuật phải không anh.

Chàng lại bối rối. Chàng bỏ tôi ngồi đó xăm xăm xuống hồ với lũ trẻ. Tôi nhìn chàng lẫn lộn với những người đàn bà con gái phơi bày.

Anh Hanh cho chàng 1 chai cointreau hôm Tết chàng chịu thứ rượu này lắm. Thỉnh thoảng chàng lại uống một ngụm, rót rượu ra cái nắp chai mà uống. Chàng bảo tôi mang chai rượu đến hồ bơi cho chàng. Ở dưới hồ nô rỡn, coi con cái một lát chàng lại lóp ngóp bò lên uống một ngụm rượu. Mùi Cointreau thật ngon. Tôi cũng bằng lòng cho chàng uống thứ rượu đó, các con tôi thấy chàng uống rượu chúng cũng bị khơi dậy cái bao tử của chúng. Chúng kêu đói. Thế là từ lần sau trên con đường đến hồ bơi, chàng ghé lại một tiệm bánh mì, mua một gói lớn bánh ngọt và bánh lạt. Ở hồ bơi, chàng uống rượu hút thuốc con tôi ăn bánh, còn tôi, tôi lo phục vụ họ. Tôi ngồi đó chờ chàng hay các con tôi lên bờ, tôi lo cầm khăn thấm đầu tóc cho họ rót rượu cho họ, bẻ bánh cho họ. Rồi tôi chợt thấy mình không được nghỉ gì cả, tôi không còn thấy không khí mát mẻ nữa.

Tôi khám phá ra mình chỉ còn là "ma ri sến" hầu hạ ông chủ và các cô các cậu. Cũng may là các cô các cậu đều thích xuống hồ. Cả đến con bé Vịt cũng đã đòi xuống nước. Thế thì cũng có lúc tôi được rảnh tay ngồi nhìn bố con họ.

Con Vịt đòi xuống nước. Chàng liền buộc nó vào chiếc phao của hải quân Mỹ. Chiếc phao hình chữ A Vịt được chui vào giữa phao kẹp hai bên nách, tay nó bám chặt lấy phao, chàng thả nổi lềnh bềnh ra giữa hồ, trông con Vịt lúc đó đúng là con Vịt vậy.

Các con tôi nó bàn tán về chuyện đi bơi đã đành, chàng cũng phấn khởi vô cùng. Gặp ai chàng cũng rủ "đi bơi không" Về nhà chàng nói với chị Thân:

- Chị đi bơi cho khỏe.

Chị Thân giẫy lên từ chối. Đến khi anh ấy về phép chàng cũng rủ luôn ông tư lệnh đi chơi. Tôi khẽ cự nự chàng:

- Bộ ai cũng thích đi bơi như anh sao?

- Đi bơi cho khỏe mà.

- Khỏe gì, ảnh được nghỉ có một ngày về thăm nhà, ảnh còn phải ở nhà với các con anh ấy chứ.

- Bơi khỏe lắm, tốt lắm!

Gặp chú Hòe, chàng cũng hỏi:

- Đi bơi không.

Chú Hòe lắc đầu. Gặp những người bạn chàng, cũng hỏi như thế. Phần nhiều họ cũng đều lắc đầu. Tôi thấy chàng hay rủ người khác đi bơi như vậy, tôi muốn cự nự chàng, nhưng chàng đã nói:

- Thế mới biết cuộc sống này ồn ào thật. Mỗi người đều vội vã, đều bận bịu. Rất ít người thảnh thơi. Rất ít người biết đi tắm cũng vì lẽ đó hồ tắm trong Saigon mới tạm đủ. Nếu có hai triệu người cùng đi bơi cả thì hồ tắm nào chứa cho nổi.

Rồi chàng dự định:

- Bao giờ làm tướng anh sẽ xây một cái hồ bơi riêng cho nhà mình.

Lũ trẻ thấy bố phác ra một tương lai rực rỡ như vậy. Chúng reo ầm lên:

- A, bố mình lên tướng.

- A, bố mình xây hồ bơi ở nhà, tôi sẽ tắm suốt ngày.

- Bố xây hồ bơi ở chỗ nào hả bố?

Chàng cằn nhằn:

- Từ từ nào. Bố mới chỉ định thế thôi.

Tôi chen vào:

- Bố mới "dọa" sẽ xây hồ bơi, các con còn phải chờ bố lên tướng.

- Thế bao giờ bố làm ông tướng?

- Tết Congo.

- Bao giờ tết Congo hả má?

Chàng cáu quá nói át đi:

- Thôi không xây hồ bơi nữa.

Tôi làm bộ ngạc nhiên:

- Sao vậy anh?

- Phiền quá. Chưa gì chúng nó đã nói ỏm tỏi lên.

- Thì các con nó mừng trước cho tương lai của anh. Khi nào có hồ bơi riêng của mình em cũng sẽ tắm.

Chàng ngạc nhiên.

- Thật sao?

- Thật đó. Em chỉ bơi cho mình anh xem.

Chàng có vẻ thỏa mãn. Cái hồ bơi riêng tại nhà cũng khuất đi qua ngày tháng. Dĩ nhiên chúng tôi cũng chẳng bao giờ dám tin là mình có thể có ngày có hồ bơi riêng ở nhà. Có lẽ chàng hiểu rõ điều đó hơn ai hết nên đã nói:

- Tắm hồ riêng ở nhà đâu có vui. Một mình vắng vẻ buồn chết.

- Chắc anh thích nơi công cộng lắm.

- Sống phải có đám đông mới vui chứ.

- Nơi công cộng có nhiều người đẹp.

- Nữa, em lại nói móc rồi.

LÁ XANH

Cuộc sống gia đình tôi vẫn đều đều như vậy. Mỗi tuần lễ hai lần chàng đưa tôi và các con đi bơi.

Riêng về cái khoản xem chiếu bóng, chàng vẫn lẻn đi một mình. Có khi xem một phim nào đó hay ho chàng còn về khoe ở nhà nữa, làm cho lũ trẻ thèm nhỏ rãi. Tôi cũng đòi đi, chàng dọa:

- Rạp chiếu bóng bây giờ ngày nào, giờ nào cũng đông lắm. Cho con nít đi không được đâu.

- Thì mình anh với em thôi.

- Tình hình an ninh lúc này không khả quan. Giặc giã tùm lum ở ngoài giới tuyến em thấy không. Đến những chỗ đông người làm gì.

- Thế sao anh dám đi?

- Ờ. Anh liều.

- Coi chiếu bóng mà phải liều sao, thôi ở nhà với mẹ con em cho rồi. Đừng đi đâu nữa.

Thế là tôi cũng có lý do giữ chàng ở nhà, mà lý do nêu ra lại chính tại chàng. Tuy vậy, vì là chàng lẻn đi coi một mình nên tôi chẳng rõ chàng giữ lời hứa hay không?

Một hôm tôi lại theo chàng đến hồ bơi, chàng và tôi còn đang đứng trên bờ nhìn xuống hồ, trong khi lũ trẻ đã ùa nhau chạy vào phòng tắm thay đồ, chợt tôi thấy một cô gái đang lội dưới nước nhìn lên chàng gật đầu chào. Tôi cũng thấy chàng gật đầu chào lại cô ta. Rồi chàng quay sang tôi hỏi khẽ:

- Ai vậy.

Tôi bật cười:

- Ô hay. Quen anh, em đâu biết.

Chàng lắc đầu:

- Anh cũng không biết cô ấy.

Tôi bĩu môi:

- Dóc. Không biết mà hai người lại cười với nhau… trước mặt tôi.

Chàng chữa:

- Chào chứ không phải cười nghe. Cô ấy chào anh.

Tôi vẫn cãi:

- Có cười nữa. Mà phải quen nhau mới cười,

chào nhau chứ.

Chàng vẫn chối:

- Thật mà. Anh không biết cô ấy.

Từ bữa đó tôi thỉnh thoảng lại đem chuyện đó ra mà nói. Rồi tôi còn mách các bác là chàng có… mèo. Tôi bảo lũ cháu:

- Đứa nào muốn xem mặt mèo của chú mày đi hồ bơi, tao chỉ cho xem. Chàng lắc đầu nói át đi:

- Kẹt quá nhỉ. Không biết bà nội nào chào mình độc quá. Này em, hay là cô ta nhìn lầm anh là người quen.

Tôi quay đi:

- Lầm làm sao được. Cô ta lầm sao anh… chào lại người ta.

- Thì anh thấy họ chào mình, mình phải lịch sự kẻo họ mắc cỡ.

- Thôi đi.

Thế rồi một hôm chàng đi tắm cùng các con. Chàng lại bị một ông già gật đầu chào. Chàng bèn đem chuyện đó về mà kể với tôi.

- Hôm nay lại có người ở hồ bơi chào anh nữa.

- Ai vậy?

- Cũng không quen.

- Phải cô hôm nọ không?

- Không. Một ông già. Thế mới chán. Giá hôm đi với em mà gặp ông già đó chào anh có phải đỡ phiền không.

- Và hôm nay không có em theo mà cô hôm nọ chào anh có phải thú không. Đổi lại như thế anh thích lắm nhỉ?

Chàng đùa:

- Thú hay không chưa biết nhưng cũng đỡ phiền, nghe em cứ èng èng về cái chào của cô nào đó anh xốn ruột quá:

- Thế cái ông già chào anh hôm nay anh cũng không quen.

- Không. Lạ hoắc à.

- Kỳ nhỉ. Sao anh bị nhiều người lạ nhận lầm

quá vậy.

- Có khi họ biết mình mà mình không biết họ.

- Anh làm như anh là nhân vật nổi danh vậy.

- Biết đâu đó.

Tôi cũng không rõ trường hợp một ông già lạ hoắc chào chàng là có thật hay chàng đã bịa ra để hóa giải cái vụ cô gái đã chào chàng. Nhưng thôi, như thế tôi cũng cảm thấy yên tâm phần nào. Tôi kể như chồng tôi có số được người ta nhận lầm, chào lầm...

Sau Tết chúng tôi dọn về Phú Thọ. Chúng tôi trả căn nhà kia lại cho gia đình bác Thân. Chàng nói:

- Mình đi làm "chà và" gác dan bốn năm rồi. Kinh nghiệm cùng mình.

Căn nhà của chúng tôi ở Phú Thọ nhỏ hẹp và nóng bức. Phải mất cả tuần lễ dọn dẹp tương đối mới gọn ghẽ. Lũ trẻ nhà tôi luôn miệng kêu nóng. Trước kia ban đêm ngủ, chàng bắt chúng phải mặc pi-gia-ma và áo nỉ. Về nhà này chàng cho phép lũ trẻ mặc quần đùi và áo ngắn. Nhưng sáng ra, chúng cởi trần trùng trục thức dậy.

Đứa nào cũng nhăn nhó:

- Đêm nóng quá bố.

Chàng an ủi con:

- Chịu lâu rồi sẽ quen đi. Bố cũng vã mồ hôi.

Vì dọn nhà nên thiếu thốn đủ thứ. Tìm đến cái kìm nhổ đinh cũng không thấy đâu. Chúng tôi lại phải một lần nữa mua sắm. Lũ trẻ đi học cũng xa, chàng phải lái xe đưa đón chúng sáng, trưa, chiều, tối.

Chàng than:

- Mệt quá.

Tôi cũng thấy chàng mệt. Và chính tôi sau một tuần lễ thu dọn sắp xếp tôi cũng bị sút mấy ký. Chàng nhắc đến chuyện đi bơi. Lũ trẻ khoái quá, đã một tuần không được đi, chúng nhao nhao đòi:

- Đi chơi cho mát, cho khỏe, bố.

Thế là bố con chàng lên xe, chàng rủ tôi:

- Em đi không?

Tôi lắc đầu. Chàng nói:

- Đến đó ngồi cho mát.

Tôi vẫn lắc đầu. Chàng cười:

- Xem có ai chào anh nữa không.

Tôi nói:

- Kệ xác ai muốn chào thì chào.

Chàng năn nỉ.

- Ở nhà buồn chết. Đi cho khuây khỏa.

- Em mệt.

- Mệt nên đến đó hóng mát.

- Em ở nhà ngủ.

Chàng rủ tôi không được bèn rủ các con cùng đến hồ bơi. Tôi ở nhà cũng đâu có ngủ được. Nằm một lát tôi lại phải trở dậy làm đồ ăn. Tôi biết rằng chàng và các con tôi lát nữa tắm về sẽ đói và ăn rất khỏe. Tôi phải làm nhiều món ngon cho họ.

Quả nhiên, buổi tối hôm đó, dọn cơm ra, mấy bố con về tới nhào vào ăn một lát hết sạch cơm. Tôi phải nhịn cho chàng, và các con ăn. Ăn xong chàng mới kêu:

- Chết cha. Thiếu cơm.

Lũ trẻ cũng nói:

- Con chưa no.

Chàng nhìn tôi:

- Má chúng mày chưa ăn kìa.

Tôi nghĩ, dù sao chàng cũng nghĩ đến tôi dù là nghĩ đến hơi trễ. Ăn no xong chàng mới khám phá ra hết cơm, và tôi chưa ăn.

Chàng tỏ vẻ ân hận, rủ:

- Để anh chở em ra phố ăn phở.

Tôi chịu lắm. Tuy nhiên chỉ gật đầu chứ không nói vì sợ chàng lại nhắc đến vụ tôi ăn hai tô phở hồi chưa làm đám cưới. Tôi mặc đồ rồi lên xe cho chàng chở đến hàng phở quen thuộc. Phải nói về hàng phở này. Nó là một khám phá mới của chúng tôi. Không phải hàng phở hẻm cư xá PCT Phú Nhuận mà là một tiệm gần ngã ba Ông Tạ. Tình cờ một chủ nhật trước đây, sau khi đi lễ nhà thờ chàng lái xe đưa mẹ con tôi về thăm căn nhà cũ này, tôi thấy hàng phở kêu chàng ngừng lại. Cả nhà kéo vào. Hai vợ chồng với bảy đứa con là chín.

Hàng phở sững sờ vì món khách đông quá. Họ hò nhau kéo hai bàn châu vào nhau và sắp đặt ghế cho đủ. Các con tôi muốn trèo lên ngồi chồm chỗm mỗi đứa một ghế, chờ phở! Hàng phở này có lẽ toàn người nhà bán hàng. Cũng hai ông bà chủ và bốn năm cô con gái. Họ nhìn các con tôi chỉ chỏ. Mấy cô con gái còn cười khúc khích khen con bé Bự xinh quá. Chàng kín đáo liếc nhìn tôi cười. Rồi chàng nói to:

- Không phải con bà ấy cả đâu. Có mấy đứa tôi đi kiếm thêm về cho bà ấy nuôi đó, bà chủ.

Ông chủ tiệm chắc cũng hay chuyện:

- Quí hóa lắm. Người ta hỏi thăm con cái chứ có ai hỏi thăm của cải. Trông đàn con của ông bà mà ham. Quí hóa quá.

Tôi thở dài:

- Mệt quá chứ ham gì đâu, ông chủ.

Bà chủ tiệm vừa làm phở vừa cười, nói:

- Đó là chúa ban cho ông bà mới được như thế. Trông các cô, các cậu ấy cứ như ngan, như ngỗng vậy.

Đàn ngan ngỗng của chúng tôi ào ào lấy giấy lau đũa và muỗng. Đứa đứa đã sẵn sàng trên tay đồ nghề đó.

Chỉ đợi bưng phở ra là chúng nhập cuộc. Mấy cô con gái bà chủ săn sóc các con tôi. Còn chàng, chàng tỉnh bơ ngồi hút thuốc và cũng chờ… tô đặc biệt tái nạm mỡ nước béo!

Tiệm phở này khá ngon. Tôi khen vậy và lập tức chàng cũng đồng ý luôn. Thế là chúng tôi chịu liền và đã đến đó ăn mấy lần.

Khi chàng chở tôi tới tiệm. Mấy cô con gái nhìn thấy xe quen đậu trước cửa ngó ra thấy xe đậu trước cửa ngó ra không thấy lũ con tôi đâu. Họ hỏi:

- Ông bà không cho các em đi?

Chàng lừng khừng bước vào tiệm:

- Lén. Lần này hai vợ chồng lén tụi nó đi ăn mảnh.

Tôi phải nói chữa:

- Các cháu phải ở nhà học bài cô ạ.

Rồi tôi kêu hai tô phở cho tôi và chàng, một tô nhỏ cho bé Bự. Chưa bao giờ tôi và chàng đi mà không có bé Bự. Cô nàng được ưu đãi nhất nhà. Và dù rằng nó đã ăn cơm, cũng phải kêu cho nó một tô phở nhỏ. Cũng như chàng của tôi. Chàng và các con đã ăn hết nồi cơm, vậy mà đưa tôi đến tiệm phở, chàng cũng không từ chối ăn cùng. Cũng vẫn một tô đặc biệt tái nạm mỡ nước béo. Chàng nói:

- Ăn với em một tô cho vui. Để em ăn một mình kỳ quá.

Chàng ăn cơm rồi và chỉ ăn cho tôi vui. Nhưng thưa quí vị, phở của chàng cũng chỉ cái ào là hết sạch. Tuy vậy, có được ông chồng chịu ăn, chịu ngủ cũng đỡ lo về một vài phương diện tuy rằng hơi tốn kém và bực mình.

Chồng và con tôi đều hay ăn. Họ giống nhau. Hóa cho nên sau khi ở tiệm phở ra tôi lại nghĩ tới lũ trẻ ở nhà. Tôi biểu chàng cho tôi đến lò bánh mì mua một vài cái, vừa nóng ròn vừa bánh mì ngọt. Đem về nhà các con tôi xúm chia nhau ăn ngon lành vô cùng. Nhứt là cu Hiền, trông nó bỏ bánh vào miệng nhai, tôi cam đoan rằng không ai là không thèm. Ngon lắm, Hiền nhai dẻo quạnh, mặt rực rỡ những tia thích thú.

Thế là tuy chàng và các con ăn hết cơm của tôi, tôi phải đi ăn phở, nhưng kết cục họ cũng ăn thêm còn nhiều hơn tôi nữa.

Nhìn lũ con ăn bánh mì rồi nhìn chàng tôi nói:

- Anh ăn bánh mì đi.

Chàng lắc đầu:

- Không.

- Ăn với các con cho vui.

Chàng vẫn lắc đầu:

- Vui lúc nãy rồi còn gì.

Và chàng nhất định không ăn bánh mì. Sức nào ăn nổi nữa? Tôi biết vậy. Giờ chàng chỉ thích nằm. Tôi hỏi móc:

- Thế sao lúc nãy ăn phở, anh lại ăn cho em vui. Bộ bây giờ anh không thích cho các con nó vui sao.

Chàng quay đi:

- Lúc nãy tôi vui với cô rồi. Bây giờ cô vui với chúng nó chứ.

- Thay phiên hả?

- Ừ.

- Phiên ăn bánh mì với phiên phở, đằng nào vui hơn.

- Đừng có nói móc.

- Ăn miếng bánh mì đi. Một chút xíu thôi gọi là có ăn.

Tôi cầm mẩu bánh mì đưa lên miệng chàng. Chàng đang lơ mơ bèn giật mình. Và chàng gây với tôi về cái tội làm chàng giật mình. Câu chuyện liền chuyển hướng sang khía cạnh đó. Chàng cứ lẩm bẩm, cằn nhằn tôi làm chàng giật mình.

Và tôi quên mất mục tiêu chính là ép chàng ăn mẩu bánh mì.

Trong khi đó cu Hiền khám phá ra một việc quan trọng. Nó hô hoán:

- Đúng con Bự được ăn phở.

Tôi và chàng cùng nhìn lại, chàng hỏi Hiền.

- Sao con nói là Bự ăn phở.

- Con ngửi miệng nó thấy mùi phở.

Thái nói:

- Hiền nó ngửi thấy mùi phở ở miệng em Bự rồi nó kêu lên "Ái giời ôi, mùi gì thơm quá" rồi nó hít hà một lúc mới tìm ra mùi phở.

Chàng cười:

- Thằng cu Hiền đúng là chó săn.

Hiền vẫn truy con Bự:

- Phải mày được ăn phở không?

Con Bự ngây ngô chẳng dấu diếm:

- Ừ đó. Bố cho tôi ăn phở nè.

Thế là cu Hiền chạy tới bắt đền chàng. Tôi thích thú ngồi cười. Chàng đẩy Hiền ra cằn nhằn:

- Má mày ăn chớ bố đâu có ăn. Bố lái xe đưa đi thôi.

Tôi phá:

- Anh có ăn một tô tái nạm mỡ nước béo mà.

Cu Hiền thèm quá, cúi đầu vào ngực chàng:

- Con không được ăn phở. Con Bự nó được ăn phở.

Chàng dùng tình cảm dỗ con:

- Má ăn đó. Bố với con Bự chỉ ăn cho má vui thôi. Bố đâu có thèm thuồng.

Quay sang lũ con, chàng hỏi lớn:

- Có đứa nào thèm thuồng không.

Lũ trẻ nhao nhao vào việc của chàng.

- Con không. Con không.

Nhưng cụ Hiền không bị tình cảm của chàng chi phối. Nó vẫn tị:

- Con Bự được đi ăn phở.

Chàng có vẻ hơi cáu, nhưng vẫn phải dỗ dành Hiền:

- Như thế là nó xấu. Nó ăn cơm rồi còn theo má

đi ăn phở là không có điều độ. Con ngoan hơn nó. Mai bố cho con đi bơi ở hồ tắm.

Hiền vẫn xịu mặt. Đã bảo Hiền là một đứa ham ăn mà. Nó có thể ăn suốt ngày. Và cu cậu rất thính mũi, thoáng nghe mùi vị gì nó biết ngay và kêu lên mọi người hay. Nó biết con Bự được đi ăn phở mà nó không được đi thì dù chàng có nói thế nào đi nữa nó cũng không vui được. Cuối cùng chàng phải mở tủ lạnh lấy đền nó một món gì đó. Quả táo chẳng hạn. Hay một thỏi chocolat. Lúc đó Hiền mới yên. Nhưng dĩ nhiên chàng phải cho tất cả các con cùng ăn. Cu Hiền lại ấm ức:

- Con Bự nó được ăn phở rồi.

Chàng cau mày nhìn nó.

- Nó là em gái mình. Nó còn bé.

Hiền phụng phịu:

- Con không thèm nhận nó là em.

Mấy đứa anh đã bị chàng dùng tình cảm xách động bèn bênh chàng:

- Hiền chỉ nói ngu thôi, bé bố phải thương em

mình hé bố.

Chàng gật gù tỏ vẻ thích thú. Từ nãy tôi vẫn chỉ ngồi coi cha con họ lỉnh kỉnh với nhau. Khi chàng tạm dẹp yên được sự bất bình của cu Hiền bằng thỏi chocolat. Chàng thở hắt ra quay sang tôi cự:

- Tại cô đó. Cô đòi đi ăn phở để tôi bị tụi nó làm khổ.

Tôi giơ tay phân bua:

- Tôi đòi đi hồi nào đâu. Anh mời tôi đi đấy chứ.

Chàng lẩm cẩm:

- Mất tiền mà dại. Trả tôi tiền hàng phở thối lại đây.

Bao giờ cũng vậy, hễ chàng bị chọc tức chàng lại móc, đòi lại những gì của chàng bỏ ra. Bà hàng phở tế nhị. Chàng đưa tờ giấy một ngàn ra biểu diễn trả tiền phở cho tôi khi thối lại bà ta liền đưa cho tôi chứ không đưa cho chàng. Tôi lạnh lùng cầm lấy bỏ vào ví.

Chàng phàn nàn:

- Thế là rồi. Có ngàn bạc bỏ túi cầm phòng, ăn

tô phở hết trọi. Đắt quá. Tô phở đáng giá một ngàn lận.

Chàng chỉ nói vậy. Nhưng khi về nhà, vì ức quá chàng đòi lại số tiền đó. Tôi nói:

- Anh... ngu lắm. Ra đường phố mọi chi tiêu phải để cho người vợ lo. Ai bảo anh hào phóng làm chi. Ai người ta cũng thối tiền đưa cho đàn bà vì họ nghĩ rằng đàn bà có nhiệm vụ tiêu tiền. Họ xử như thế là đúng chứ.

- Và cô cũng cho như thế là đúng nên vừa được ăn phở miễn phí vừa được thêm tiền mang về.

Tôi cười với chàng:

- Thôi đừng tiếc nữa. Để tôi giữ hộ. Khi nào cần tôi trả.

- Em nói vậy chứ có bao giờ em trả đâu. Đồng tiền đã ra đi là kể như ít biết đường trở lại. Thôi tôi coi như ngày hôm nay có số tán tài.

- Nếu anh bị tán tài thì ngược lại em vượng tài. Vợ chồng trong nhà cả như thế là huề.

- Nhưng tôi lại còn bị lũ nhóc nó đòi hỏi làm

khổ nữa.

Tôi cười:

- Đó là hạnh phước mà anh. Anh không lấy thế làm mừng sao?

Chàng bĩu môi:

- Hạnh phước! Than ôi!

Tôi nổi nóng:

- Chứ không à. Bộ anh tưởng ai cũng được vợ con hành hạ sao? Có người thèm chết mà không được đó. Anh phải biết được trả tiền phở cho mẹ con tôi, được dâng tiền cho tôi là một vinh dự đó.

Chàng vẫn bĩu môi:

- Vinh dự. hạnh phúc và vinh dự!

Tôi nói:

- Có nhiều người cầu mong và lạy lục dâng tiền cho tôi mà tôi đâu thèm.

Chàng trợn mắt:

- Đứa nào?

Tôi cười:

- Thiếu gì?

Chàng thở dài:

- Thằng nào ngu quá vậy.

Tôi bĩu môi:

- Anh được vinh dự mà anh đâu có biết.

Chàng lẩm bẩm:

- Ờ vinh dự. Vinh dự lắm. Cô đừng thèm nhận bất cứ cái gì của người khác nghe không. Đây, tôi coi còn bao nhiêu tiền trong túi tôi tặng cô hết. Cả mớ tiền hàng phở thối lui cô cũng giữ lấy mà tiêu.

Nói rồi chàng lục lọi hết các túi, moi ra được mấy chục bạc lẻ. Cả những tấm vé cũ đã dò rồi nhưng chàng chưa vứt đi và còn định dò lại thêm vài ba tờ báo nữa. Chàng sợ báo in sai. Chàng đưa mớ tiền lẻ và những tấm vé số cũ cho tôi:

- Đây cầm lấy.

Tôi rụt tay lại:

- Tôi đâu thèm.

- Cầm lấy mà. Tôi còn có bấy nhiêu tôi cho hết.

- Anh giữ lấy làm... vốn.

Nói rồi tôi thét con tôi lấy cái ví ra, tôi mở ví lấy mớ tiền lẻ hàng phở thối lại đưa cho chàng:

- Tôi cũng trả anh luôn. Tôi đâu cần.

Chàng tỉnh bơ cầm mớ tiền lẻ rồi cười tỉnh:

- Đổi cho anh một tờ một ngàn đi.

Tôi nhìn mớ tiền hỏi:

- tất cả chưa đủ một ngàn mà anh đòi đổi.

- Thì cứ đưa đây tờ một ngàn mới tinh anh cầm cho hên.

Chàng kỳ kèo mãi, cuối cùng tôi cũng phải đổi cho chàng tờ giấy ngàn mới tinh để lấy mớ tiền lẻ không đủ một ngàn. Tôi nói:

- Thế là tôi vẫn lỗ. Mang tiếng anh bao phở mà rồi tôi vẫn phải trả tiền. Lần sau ăn xong anh cứ việc ngồi xỉa răng nghe không đừng có biểu diễn nữa.

Chàng cười bỏ tờ giấy bạc mới vào túi áo. Chàng

còn vỗ vỗ túi ra chiều đắc ý. Chàng nói:

- Phải như vậy mới được chứ. Em phải lo săn sóc cho anh. Anh thích trong túi lúc nào cũng phải có xấp bạc. Nhiều khi anh không có 1 đồng dính túi. Em phải xem xét, nếu thấy anh hết tiền em phải bỏ vào túi anh. Tóm lại là em phải bổ sung cho túi tiền của anh lúc nào cũng rủng rỉnh.

Tôi nguýt dài. Chàng của tôi kỳ lắm. Tiền ở trong túi chàng không bao giờ được lâu. Tôi và các con tôi vẫn thường đùa là tiền trong túi chàng nóng lên và chúng biết bò ra ngoài. Có lần chàng đi làm về xách theo túi kem. Thấy vậy Thái nói với tôi:

- Má à. Tiền trong túi bố đã bị vào tiệm kem rồi.

Tôi kể lại lời Thái cho chàng nghe. Chàng cáu:

- Mua cho chúng nó ăn mà chúng nó còn nói móc bố nữa.

Thái tỏ vẻ ân hận. Tôi cười:

- Chứ không đúng sao. Anh có tiền là không bao giờ giữ được lâu, không mua đồ thì cho người ta.

Chàng lý luận:

- Tiền phải cho nó chuyển động mới đúng đường lối kinh tế tài chính. Nó có ra thì nó mới vào lại. Mình giữ miết trong túi tức là làm ngừng trệ sự luân lưu của tiền tệ.

- Anh hoang phí lắm.

- Mua kem cho con ăn mà hoang phí sao?

Tôi phải gượng cười.

- Mua kem cho con thì được nhưng anh cũng tiêu phí phạm ngoài phố.

- Anh đâu có tiêu phí phạm ngoài phố.

- Thế sao tiền anh tiêu nhiều quá vậy.

- Đâu có nhiều.

Bị tôi chê quá, chàng bèn xoay ra cự nự tôi:

- Nhà cửa gì mà tôi phải lo đủ thứ. Tôi phải mua từ hộp kem, đường, sữa…

Có, gì đâu, thỉnh thoảng chàng được mua ít hàng quân tiếp vụ đem về, hoặc cũng có khi chàng đi làm, nhân tiện tôi cũng nhờ chàng mua vài thứ lặt vặt khi trở về như bóng đèn, cục pin hoặc hộp bơ… Cũng có khi chàng tự ý mua về một hộp kem cho lũ trẻ, thế mà chàng đã la ầm lên là phải lo toan nhà cửa, cả từ những thứ lặt vặt. Tôi biết chàng muốn mượn những chuyện đó để che lấp điều tôi đang chê trách chàng. Chàng nói:

- Nhà người ta, đàn bà lo tất cả mọi việc, nhà này tôi vừa đi làm kiếm tiền đem về vừa phải đi… chợ.

Chàng nói mà vẻ mặt khó đăm đăm. Kịch giỏi thế. Rồi chàng làm tới:

- Từ nay tôi không lo những việc vặt đó nữa. Mặc xác ai lo thì lo.

Tôi cũng hùng hổ:

- Từ nay anh giữ tiền. Làm được bao nhiêu anh giữ tất.

Chàng cáu:

- Được. Tôi giữ tiền cho, mới mong tiết kiệm được. Mỗi ngày, sáng sớm cô lấy nón, xách giỏ ra phòng khách xin ông chủ tiền đi chợ. Tôi sẽ phát hai trăm mỗi sáng như thế.

Tôi tức quá:

- Có mà! Tôi đi chơi, đánh bạc chứ tội gì làm mọi cho bố con anh. Với lại hai trăm bạc thời nay ăn rau không đủ.

Chàng chép miệng:

- Nếu vậy tôi tăng tiền chợ mỗi ngày lên hai trăm mốt.

- Hai trăm mốt chứ một ngàn tôi cũng vứt đi không thèm.

Chàng hỏi khẽ:

- Thế hai ngàn mỗi phiên chợ đủ không.

Tôi lặng thinh. Chàng cười:

- Chịu hả? Như vậy là chịu làm… mọi cho bố con tôi rồi hả.

Tôi sực nhớ lại, chối đây đẩy:

- Tôi chịu hồi nào. Anh giữ tiền và bố con lo đi chợ nấu cơm lấy mà ăn.

- Bố con tôi đi chợ nấu cơm lấy thì cô đừng hòng ăn.

Tôi cáu quá:

- Tôi đâu thèm ăn. Tôi đi đánh bạc và ăn quà.

Thấy nói ăn quà, lũ con tôi xúm lại nghe. Tôi bèn xách động bọn chúng, tôi hỏi:

- Mẹ đến tiệm kêu một đĩa mì xào nóng hổi…

Lũ trẻ há hốc mồm theo dõi câu chuyện, tôi kể tiếp:

- Mì xào có thịt bò này, có gan, tim, cật này…

Con Bự hỏi:

- Có thịt gà không má?

- Có chứ. Đủ hết. Thập cẩm mà. Đĩa mì xào nóng hổi, mẹ rắc tiêu vào rồi xì dầu nữa. Xong mẹ gắp ra chén nhỏ ngồi ăn.

Tôi lập đi lập lại… ăn, ăn, ngon, ngon…

Chàng quát lên:

- Sao lại tập cho con nó thèm thuồng vậy.

Tôi tỉnh bơ tiếp:

- Ngon không?

Lũ trẻ nuốt nước miếng ừng ực, tôi hỏi tiếp:

- Có đứa nào đi theo mẹ, mẹ cho ăn.

Tất cả lũ trẻ nhao nhao:

- Con. Con.

Chỉ còn cu Thái lặng yên. Tôi nói:

- Thái con ở nhà với bố. Bố đi chợ nấu cơm. Cơm vừa khê vừa sống vừa nhão…

Hiền nói:

- Cơm nhão ăn nóng răng hé má.

- Ừ. Dọn cơm ra không có đồ ăn. Chỉ rau luộc, nước mắm.

Chàng cáu quá la to:

- Tôi đi mua gà quay với bánh mì về ăn cơm tây.

Hiền lại hỏi:

- Gà quay à bố? Mỗi người một cái đùi à bố?

Chàng huênh hoang:

- Mỗi người một con gà. Bố lấy bộ muỗng, nĩa, dao bằng bạc ra mình ăn cơm tây…

Tôi bĩu môi:

- Cơm tây đâu có ngon. Mẹ ăn mì xong uống Cocacola.

Bé Bự reo lên:

- Con uống cam vàng.

- Ừ. Muốn uống gì mẹ cũng cho.

Thế là lũ trẻ hau háu nhìn miệng tôi kể chuyện. Chàng cáu quá lại la lên:

- Bố ăn cơm tây, uống rượu.

Con Bự nói:

- Uống rượu say mặt đỏ loét hả má.

Thấy con theo phe tôi chàng chỉ mặt nó nói:

- Con này nghỉ chơi bố ra hé. Không cho mày đi piscine nữa.

Con Bự khóc ré lên. Tôi cự chàng:

- Rõ thối chửa. Thua lại chọc con cho nó khóc.

Chàng gân cổ cãi:

- Tôi chọc gì đâu. Đứa nào theo phe tôi thì tôi

cho đi tắm.

Tôi quay sang con Bự dỗ dành.

- Không cần con ạ. Hồ bơi bẩn lắm. Đi tắm biển với má. Mẹ con mình đi Vũng Tàu!...

Con Bự nín khóc, nước mắt nó long lanh trên mi.

- Tắm biển uống coca há má.

- Ừ.

Chàng phá:

- Bố không lái xe làm sao ra Vũng Tàu.

Tôi phải cãi lấp đi:

- Mẹ thuê xe. Thuê xe có người lái đưa mẹ con mình đi chơi.

Quay sang Thái, tôi hỏi:

- Thằng cu Thái có đi với má không?

Thái cúi đầu vào chàng:

- Con ở nhà với bố.

Mấy đứa khác thuộc thành phần lưng chừng,

chúng không phát biểu ý kiến rõ rệt. Chàng trách tôi:

- Đó thấy không. Cô chỉ gây cho các con khó nghĩ. Chúng buồn cho mà coi.

Tôi nhún vai:

- Buồn kệ chúng, đứa nào theo tôi tôi cho đi chơi, đi ăn tiệm, đứa nào ở nhà với bố ráng mà nấu cơm ăn.

Thái nói:

- Ở nhà nấu cơm ăn với thịt hộp hé bố.

- Ừ, thịt bò hộp, thịt gà hộp, thịt heo hộp, cá hộp, ba tê gan… đủ thứ hết.

Tôi chê:

- Ăn thịt hộp được hai ngày là chán ngắt ngay.

Chàng cũng có vẻ ngán. Cuối cùng chàng quay ra nói lớn:

- Bố… cũng theo má đi ăn tiệm.

Thế là lũ con ào ào theo tôi cả. Thái cũng ngả theo chàng, về phía tôi.

Tôi đẩy ra:

- Không được, đừng ai theo tôi cả.

Lũ trẻ nhao nhao:

- Má cho con đi ăn tiệm.

Chàng cũng nói:

- Có cho tôi đi mới biết chỗ nào có của ngon vật lạ chứ. Không có tôi mẹ con cô đâu biết chỗ nào vừa rẻ vừa ngon. Bất quá chỉ đến ăn phở là hết.

Tôi cong môi:

- Sức mấy. Tôi đi ăn nhà hàng bên chợ lớn.

Chàng bĩu môi:

- Không nghe bác Thân gái kể chuyện các món ăn đó bẩn như thế nào.

Tôi rùng mình nhớ lại. Có lần bác Thân kể chuyện người lính gác, đầu bếp bên Cholon đi lính. Vì ám số chuyên nghiệp của anh ta là nấu bếp nên vô quân đội rồi có lẽ tổ sư ngành nấu bếp phù hộ anh ta lại được quân đội sử dụng vào chân hỏa đầu quân. Một bữa anh ta kể lại cách thức làm bánh bao, người nghe phát rụng rời, nổi gai ốc muốn nôn tất cả thức ăn trong bụng.

Anh ta kể rằng những xoong chảo đựng thịt thà, cá mú của nhà bếp tại các nhà hàng cáu ghét bám đầy như máng heo ăn. Còn món bánh bao đầu bếp phải phun nước lên trên lớp bánh nhiều lần trong khi hấp. Mà họ phun bằng miệng. Uống nước vào miệng xong phun phì phì lên lớp bánh!

Tôi nghe kể lại bắt ớn da gà. Bây giờ nói chuyện chơi trong gia đình, tôi vui miệng nói đến nhà hàng, bị chàng nhắc đến chuyện đó, tôi khiếp đảm liền. Tôi hỏi:

- Thế ăn ở đâu ngon và sạch.

Chàng cười:

- Có mời tôi đi ăn cùng với không đã.

- Có.

- Như vậy tôi mới đưa đến những tiệm vừa ngon lại vừa sạch sẽ, lại vừa rẻ.

Tôi chịu nhượng bộ.

- Được rồi. Thứ bảy cả nhà đi ăn tiệm. Nhưng

ăn ở đâu?

Chàng ngẫm nghĩ.

- Theo tôi, ăn cơm ta là ngon nhất và sạch nhất.

- Những món gì mà ngon.

- Canh chua cá lóc, thịt kho dưa giá, thịt gà ram mặn.

Tôi tỏ vẻ không tin. Chàng quảng cáo:

- Phải biết nhé, đến tiệm đó là nghe mùi thơm phức ngay. Chén bát lại sạch khô như lau. Ly uống nước trong vắt. Thức ăn tinh khiết, cứ trông chảo đầu cá họ để trên bếp là thấy mê rồi.

Tôi có vẻ thèm thuồng, lũ con tôi cũng đã bị lời nói của chàng thu hút. Chàng tiếp tục quảng cáo:

- Chỉ những người sành ăn mới biết chỗ đó.

Nhà này mười người lớn nhỏ chỉ tốn độ ngàn bạc là có bữa cơm thịnh soạn.

Rồi chàng kể tên một dọc người nổi danh vẫn đến đó ăn. Tôi lau chau hỏi:

- Anh ăn ở đó mấy lần rồi.

Chàng đờ người ra:

- Chưa. Chưa ăn, nhưng nghe người ta kể lại cũng thấy hấp dẫn lắm.

Tôi thất vọng. Nhưng trong nhà tôi vấn đề ăn ngon là một nỗi ưu tư. Chàng cũng như tôi, cũng như các con tôi. Cơm ngon ăn mới được, cơm dở là bị dội ngay. Vì thế tuy thất vọng vì chàng mới chỉ nghe nói, tôi cũng vẫn đề nghị:

- Nhiều người khen chắc là ngon. Hôm nào mình đi ăn thử nghe anh.

Chàng gật đầu rồi chàng còn kể cho tôi nghe chỗ nào mì ngon, chỗ nào bún bò giò heo ngon, chỗ nào bánh mì thịt ngon. Buổi sáng ăn ở đâu, buổi tối phải ăn ở đâu.

Chàng kể có vẻ sành sỏi lắm.

Thực ra tôi cũng không tin được ở nhận xét của chàng. Đã có những lần tôi lắc đầu chê khi đến ăn thử món mà chàng về nhà quảng cáo.

Cũng như có lần tôi khen một tiệm phở ngon, thế là chàng cũng cho là ngon. Và trong sở chàng quảng cáo tùm lum. Rồi chàng đưa bạn tới thưởng thức. Họ ăn, rồi chê. Chàng đâm ra nghi ngờ bèn về hỏi tôi:

- Có lẽ tiệm phở đó dở thật em ạ.

- Ai bảo anh thế.

- Mấy người bạn anh.

Tôi bĩu môi:

- Bạn anh chắc bị mù lưỡi rồi. Phở của người ta ngon như thế mà họ chê.

Chàng tỏ vẻ hoang mang:

- Khi đi ăn với em ở tiệm đó anh thấy cũng ngon như em khen. Nhưng bữa đi ăn với họ anh lại thấy cũng dở như họ chê. Hay là tiệm đó họ nấu ngon có bữa. Hôm ngon, hôm dở.

Tôi lặng thinh chàng lại giả thuyết tiếp:

- Hay là bữa đi ăn với em đầu bếp chính nấu nước lèo, còn bữa đi ăn với mấy người bạn đầu bếp chính bị đau nên nghỉ người khác nấu nên dở.

Tôi xua tay:

- Thôi ông ôi! Ông biết cái gì là ngon là dở đâu

cô chứ. Ông là chúa hay đâu âu đấy. Nghe ai nói gì ông bị ảnh hưởng ngay.

Mà quả thật chàng hình như rất... ngu về phương diện vị giác. Có lần tôi hì hục làm một món ăn biểu diễn, dọn ra chàng ăn. Tôi chờ đợi một lời khen ngợi nhưng chờ mãi chỉ thấy chàng lặng thinh. Khi tôi hỏi:

- Ngon không?

- Ừ.

- Ừ là làm sao chứ.

- Ừ ngon.

Tôi thất vọng:

- Anh chẳng biết thưởng thức gì cả.

Chàng bào chữa:

- Em hỏi bất tử quá anh đâu biết.

- Thế anh ăn mà không cảm thấy ngon hay dở sao. Lại phải nghĩ nữa cô à.

- Ừ, phải ngẫm nghĩ mới biết được ngon hay dở chứ.

Tôi tưởng thật. Tôi chờ cho chàng nghĩ xem món ăn tôi làm ngon đến độ nào. Nhưng chờ mãi đến khi xong bữa ăn, chàng ngồi uống nước đọc báo, tôi đành phải hỏi:

- Ngon không?

Chàng không quay sang tôi.

- Cái gì?

- Món ăn hôm nay.

Chàng ậm ừ:

- Quên rồi. Ăn xong uống nước xỉa răng rồi nên quên mất không biết là ngon hay không.

Tôi tức muốn la lên. Nhưng cũng phải nín nhịn. Lấy phải người chồng không biết thưởng thức tài làm bếp của mình thì đành chịu chứ sao. Ấy vậy mà tôi lại hay lau chau làm các món ăn.

Nhiều người cho rằng tự tôi làm tôi khổ. Nhưng những lúc biểu diễn khả năng bếp núc của mình, tôi cũng hy vọng đấy chứ. Tôi hy vọng sẽ khuất phục được chàng bằng các món ăn. Thế mà kết quả lại ngược với dự tính của tôi. Trái lại có những bữa tôi không nghĩ rằng chàng sẽ khen, vậy mà chàng nói:

- Canh này ăn được. Ngon lắm.

Món canh hôm đó tôi chỉ nấu đại cho xong. Nghĩa là mình không tính biểu diễn thì chàng lại khen ngon. Tôi nghi ngờ, hay là chàng đã... làm bậy sự gì nên về nhà kiếm chuyện khen tôi để lấy lòng. Cũng có khi đầu bữa ăn, chàng khen rối rít, đến khi ăn no rồi chàng buông một câu kết luận:

- Dở ẹc!

Tôi gây sự:

- Sao lúc nãy anh khen. Chắc bây giờ no rồi chứ gì?

Chàng nói:

- Lúc nãy tôi đói quá chưa đủ bình tĩnh để thẩm định. Bây giờ mới tỉnh táo. Sự phê phán lúc tỉnh táo dĩ nhiên có giá trị hơn những lời nói lạc quạc lúc chưa bình tĩnh.

Tôi nhún vai.

- Cha con anh bao giờ cũng vậy. Cứ đầy bụng

rồi là chê. Đói thì ăn gì cũng ngon. Chẳng thấy chê.

Chàng gật đầu:

- Đúng vậy.

Trong gia đình tôi, những bữa ăn, những thực phẩm cũng là những vấn đề quan trọng trong câu chuyện bàn luận hàng ngày. Chúng tôi theo đạo Chúa nên mỗi thứ sáu đều phải ăn chay riêng kiêng thịt. Tôi và các con tôi luôn luôn giữ đúng. Nhưng còn chàng, quả thật khô đạo. Mỗi sáng thứ sáu tôi phải nhắc chừng chàng hãy nhịn ăn, thế nhưng trưa về tôi hỏi chàng:

- Hôm nay anh có nhịn ăn sáng không đấy.

Chàng tái mặt:

- Chết cha. Anh quên. Sáng nay anh ăn một tô bún bò trong câu lạc bộ.

Tôi tỏ vẻ thất vọng:

- Họ rủ rê anh mà anh không cầm lòng được sao?

Chàng an ủi tôi:

- Nhưng hôm qua anh quên không ăn sáng, như vậy lấy sáng hôm qua bù cho sáng hôm nay làm ngày ăn chay cũng được chứ gì.

Tôi lắc đầu:

- Đâu có được kiêng thịt ăn chay phải đúng ngày thứ sáu.

Chàng phàn nàn:

- Luật gì mà khó vậy. Anh tưởng trong tuần lễ mình nhịn một ngày nào đó cũng được chứ sao, miễn là có ăn chay trong một tuần. Cũng như trong Bộ Tổng Tham Mưu đó, bây giờ họ làm việc sáu ngày trong một tuần vẫn được ghi nghỉ một ngày nhưng không nhất thiết là ngày chủ nhật. Chia phiên nhau mà nghỉ. Như thế cũng được chứ sao.

Tôi xua tay.

- Bộ Tổng Tham Mưu thây kệ Bộ Tổng Tham Mưu. Em đang nói đạo của mình sao anh đem quân đội ra so sánh .

Chàng vẫn lý sự:

- Thì quân đội họ du di thế được. Đạo cũng

có thể linh động được chứ. Anh ăn chay hôm thứ năm rồi. Mà tính kiểu này mỗi tuần anh đã ăn chay kiêng thịt đến hai ba ngày lận. Có khi là quên ăn sáng, có khi bận làm việc, có khi… hết tiền.

Tôi la lên:

- Anh đừng ngạo luật hội thánh, Luật là luật! Không thể coi ngày thứ năm là ngày thứ sáu. Đã dặn đi dặn lại hồi sáng nay như thế mà không giữ.

Chàng đổ thừa cho bạn:

- Họ rủ anh.

Tôi cáu. Chàng lặng thinh. Tôi bèn đi đến một giải pháp:

- Điệu này từ tuần tới mỗi ngày thứ sáu phải cất tiền trong túi anh đi mới được.

Chàng hỏi:

- Nhưng lỡ bạn bè họ mời!

- Họ mời thì từ chối!

Chàng có vẻ thất vọng. Sau đó chàng bịa ra một cái luật bắt cả nhà phải làm theo, chàng nói:

- Từ nay mỗi tuần, cả nhà mình, anh em và các con sẽ mặc áo rách một ngày.

- Chi vậy?

- Luật định của anh đặt ra. Sống ở đời này mình đã bị nhiều luật của người, của đạo ép mình phải theo. Ví như đi đường, em thấy không? Đầy rẫy các bảng cấm: Cấm quẹo! Cấm ngừng! Cấm đậu! Cấm chạy nhanh. Cấm đi tới... Đủ thứ hết. Mà mình phải theo. Vi phạm nó phạt sạc gạch. Bây giờ ở nhà em lại bắt anh giữ các giới luật của đạo nữa. Thành ra em thấy đó, xung quanh mình ngập ngụa những đạo luật là luật mà khổ một nỗi chẳng có luật nào do anh đặt ra. Vì thế để tạo ảo tưởng là mình cũng có tí quyền. Mình cũng làm ra luật cho mình, anh quyết định mọi người trong nhà này buộc phải mặc áo rách một ngày trong một tuần.

Hiền eo sèo:

- Con không mặc áo rách.

- Bố cũng mặc mà. Đứa nào không mặc áo rách là không giống bố.

Chàng xách động được lũ trẻ ngay. Chúng vui

vẻ bằng lòng mặc áo rách. Chàng ra lệnh cho tôi:

- Soạn mớ quần áo cũ, vá lại đàng hoàng, mỗi chủ nhật cả nhà phải mặc áo cũ, áo vá.

Tôi phản đối:

- Chủ nhật đi lễ, đi chơi, mặc áo rách người ta cười cho.

- Kệ ai cười mặc họ, mình theo luật của mình làm ra.

Tuy vậy chàng cũng cứu xét lại, chàng chọn ngày thứ sáu trong tuần. Tôi nghĩ ra một cách để lợi dụng kẽ hở của luật pháp. Tôi nói.

- Sao anh không bắt chước quân đội, cho phép mặc rách ngày nào trong tuần cũng được miễn là mỗi tuần một ngày.

Chàng nhìn tôi có vẻ đồng ý:

Thế là trong nhà tôi có thêm cái luật mặc áo rách một ngày mỗi tuần. Tôi định bụng ngày nào ở nhà không đi ra ngoài tôi sẽ lấy ngày đó làm ngày mặc quần áo cũ. Tôi sẽ lẩn tránh được luật lệ của chàng. Tôi biết luật này chỉ là một trò chơi của chàng. Tôi tưởng tượng ra khuôn mặt rạng rỡ thích thú của chàng khi cả gia đình mặc quần áo vá ra phố. Nhưng trong nhà tôi cũng như xã hội ta bây giờ, luật là luật! Đúng! Và tôi chưa bao giờ thấy chàng mặc quần áo cũ chứ đừng nói quần áo rách. Còn tôi dĩ nhiên tôi không thể mặc xấu xí ra đường. Luật là luật. Mặc dầu vậy tôi cũng lách qua được sự sơ hở luật của chàng. Một lần sửa soạn đi phố, chàng nói:

- Hôm nay thứ sáu.

Tôi chỉ cười. Tôi mặc một mẩu áo dài thật lộng lẫy. Chàng ngắm nghía rồi trợn mắt:

- Vi luật.

Tôi cười:

- Em mặc áo rách cả ngày hôm qua rồi.

Chàng có vẻ lúng túng:

- Nhưng hôm nay đi phố, anh và các con sẽ mặc áo rách.

Tôi tỏ vẻ phẫn uất:

- Kệ anh chứ, em mặc áo rách hôm qua rồi, như

vậy là em đã làm tròn nhiệm vụ công dân. Bây giờ bắt mặc áo rách hôm nay nữa chẳng hóa ra bị thiệt thì sao. Không lẽ mọi người chỉ phải mặc đồ rách một ngày mà em lại phải mặc những hai ngày một tuần. Như thế là bất công, là mầm mống của phẫn uất. Loạn từ đó mà ra. Ngoài xã hội như vậy và trong gia đình cũng thế. Mọi người cùng chịu cùng hưởng đồng đều. Luật của anh bịa ra em đã giữ chu toàn.

Chàng hỏi một câu thật ngớ ngẩn:

- Thế sao em không để đến hôm nay hãy mặc áo rách.

Tôi cười chúm chím:

- Bởi vì hôm qua em không tính đi đâu cả.

Chàng hiểu ra bèn nổi nóng:

- À, thế ra cô trốn thuế hả. Cô tránh né luật lệ.

Tôi cãi:

- Tôi tránh né hồi nào đâu. Tôi đã giữ đúng luật. Ngày mặc áo rách trong một tuần. Luật là luật. Không ai có quyền chèn ép tôi. Vì tôi đã làm tròn nhiệm vụ công dân.

Chàng ngồi ngây ra một lát mới nói được, câu nói cũng hết sức là ngớ ngẩn:

- Thì em hy sinh vậy. Em mặc áo rách thêm một ngày nữa cùng với anh và các con cho nó có vẻ... cách mạng xã hội.

Tôi gân lên cãi:

- Ý. Đâu có được. Sao lại bắt tôi phải hy sinh chớ. Mọi người đâu có ai chịu hy sinh đâu. Người ta may quần áo mới tưng bừng náo nhiệt!

Chàng biết tôi nói móc, vì chàng mới may một mớ quần áo mới. Tôi phải trả tiệm may mấy chục ngàn xong. Còn cãi làm sao được cơ chứ. Người ban hành luật trong nhà tôi xa xỉ, phung phí hơn ai hết thế mà còn can đảm kêu gọi tôi hy sinh. Người cách mạng xã hội không biết nói sao bèn ngượng ngùng cởi chiếc sơ mi cũ đã mặc trên người, chàng lấy mớ đồ mới ra thay, miệng cười nói:

- Ừ. Hôm nay đã xúng xính trong bộ đồ mới.

Tôi bèn thở dài buông một câu não nùng ai oán:

- Thế là cuộc cách mạng... sập tiệm.

Từ đó, người của tôi lờ luôn cái luật chính người đã hãnh diện phòa ra và hãnh diện ban hành. Thượng bất chính hạ tắc loạn. Chuyện đời còn đó.

Nói về chuyện quần áo trong gia đình tôi cũng lắm ly kỳ. Chàng thích mặc quần áo mới, tuy rằng lúc nào quần áo chàng cũng xộc xệch không được tươm tất.

Còn tôi, tôi phải mặc đẹp vì chàng, đã đành mà còn vì mỹ thuật nữa. Tôi không thể mặc quần áo xấu xí hay cũ kỹ. Nếu chẳng may luật lệ rõ ràng buộc tôi cũng vẫn cố gắng tránh né để giữ cho đời được tươi mát.

Riêng các con tôi, bảy đứa mà lắm chuyện. Thái, Linh, bé Bự giống chàng và tôi, thích mặc đồ mới. Bé Vịt chưa biết gì, sao cũng được. Riêng cu Khang là chúa bẩn thỉu. Quần áo nó lúc nào cũng nhớm nhếch. Phải thét năm bảy lần Khang mới đi thay đồ.

Riêng Hiền và Tuân, hai đứa này thường có thói quen. Chúng thường mặc những bộ đồ quen thuộc. Quần áo mới nó ít dùng tới.

Tuân thường mặc những chiếc áo cũ. Bà Ngoại vá chằng chịt hai ba mụn đè lên nhau. Mỗi buổi chiều thay quần áo. Tuân lại lấy chiếc áo bữa qua thay ra đã giặt, nó thay đổi hai bộ đó mà thôi. Chàng thấy Tuân mặc áo rách khen:

- Thằng này được lắm.

Các con tôi luôn luôn đòi giống bố. Hôm nào trời nóng bức, chàng cởi trần chúng nó cũng cởi trần. Thấy chúng nó đòi giống bố, tôi phát cáu.

Tôi tự hào là biết chọn quần áo. Còn chàng mua đồ gì về tôi đều chê. Những lần chàng xuất ngoại mua quần áo về cho tôi chẳng cái nào tôi ưng ý. Thấy tôi không thích đồ chàng mua, chàng cũng có vẻ buồn lắm.

Khi chúng tôi chưa có con gái, chàng đi Nhật thấy áo len đẹp bèn mua cho năm thằng con trai mỗi đứa một cái áo len. Tôi giở gói áo ra xem thấy toàn áo len con gái. Nói cho chàng biết, chàng ngẩn mặt:

- Thế hả! Anh tưởng đó là áo con trai.

- Con trai ai mặc áo len gài nút!

Chàng chặc lưỡi:

- Cho chúng nó mặc cũng được chứ sao. Càng đẹp.

- Không. Kỳ quá.

Tôi bèn xách động lũ trẻ.

- Áo này của con gái, đứa nào mặc áo con gái là ngu.

Thế là lũ con tôi chê áo con gái chàng mua về.

Tôi hỏi chàng:

- Hay anh mua gói áo này về để cho ai...?

Biết tôi hỏi móc, chàng nhăn mặt. Tôi tiếp:

- Định mua cho ai thế.

Chàng vẫn không nói, tôi cười bảo lũ con:

- Chắc bố mua cho con riêng bố đó. Nhà mình đâu đã có con gái.

Lúc đó chàng mới cãi:

- Mua cho ai tôi dại gì đem về nhà.

- Lỡ quên thì sao.

Chàng cáu quá la lên:

- Mấy đứa con trai không mặc thì để đó bao giờ có con gái cho nó mặc.

- Những năm chiếc, con gái mặc gì hết, đem cho đâu thì cho đi.

Chàng nghĩ ngợi một lát quay sang cự tôi:

- Cô ngu lắm. Đẻ toàn con trai, không biết đẻ lấy vài đứa con gái cho quân bình.

Bị chàng mắng bất ngờ cũng cảm thấy mình... ngu thật. Thế là tôi lặng thinh và năm chiếc áo len con gái được gói lại cất đi.

Ngày nay thì tôi không còn ngu nữa. Tôi đã đẻ ra hai đứa con gái cho chàng. Nhưng chỉ tội nghiệp cho con bé Bự và bé Vịt. Hai chị em mà có tới năm chiếc áo len, ấy là chưa kể những áo len các bác cho chúng nó. Thành ra những bữa trời nóng bức mà chàng cũng lấy áo len cho con mặc. Chàng nói:

- Không mặc gấp chúng lớn hết cả phí đi.

Hai đứa bé bị bố bắt mặc áo len trong khi trời không lạnh, đứa nào, đứa ấy nóng bức khó chịu nhăn nhó. Chúng cởi tung ra vứt xuống đất. Chúng lại ở trần luôn khiến chàng cáu quá phàn nàn:

- Chúng bay y hệt mẹ, bố mua quần áo đẹp cho mà không biết xài. Thật uổng công tao.

Thế là mớ quần áo chàng mua từ ngoại quốc về cho mẹ con tôi được gói lại cất đi. Những lần chàng xuất ngoại sau tôi phải dặn đi dặn lại:

- Nhớ đừng có mua gì đấy nhé. Anh không biết mua, về không xài được phí đi. Mang tiền về cho em… cũng được.

Khốn nỗi chàng nghe lời tôi không mua đồ về nhưng tiền cũng ở lại ngoại quốc luôn. Hôm tôi và lũ trẻ ra sân bay đón chàng, thấy người phây phây trên phi cơ bước xuống với một vali nhỏ, nhẹ nhàng trông chàng thảnh thơi, chả bù với những người khác khệ nệ khuân vác năm bảy thùng đồ, người nào cũng hớt hơ, hớt hải chạy ngược chạy xuôi. Đón chàng về tới nhà rồi, tôi mở chiếc vali nhỏ ra lục soát. Mấy cái sơ mi, mấy bộ đồ lót của chàng, mấy đôi vớ cũ, bàn chải đánh răng, đôi dép cao su Chợ Lớn mà chàng mang khi đi và một hộp kẹo to tổ bố. Hình như vali còn trống nên chàng bỏ thêm mấy quyển báo cũ ngoại quốc, mấy cái túi đựng đồ của mấy hãng lớn. Tôi hỏi:

- Mấy túi gì đây.

Chàng nhìn rồi trả lời:

- À, mấy người bạn ở chung phòng anh, họ mua đồ về khi xếp vào vali họ bỏ túi giấy đi cho đỡ cồng kềnh, anh thấy mấy cái túi đẹp nên lấy đem về cho em xài.

Tôi lại hỏi:

- Quà của em đấy hả.

Chàng gật đầu. Rồi chàng còn moi ra ở tận dưới cùng vali mấy cái hộp nhỏ thật đẹp phát cho lũ con mỗi đứa một cái. Tôi liếc nhìn nào là hộp đồng hồ, hộp nhẫn kim cương… Tôi sợ các con tôi nghịch lục đồ bên trong nên nói lớn:

- Sao lại đưa những thứ đó cho các con nó làm bể bây giờ.

Chàng ngẩng đầu lên:

- Hộp không cho chúng nó chơi mà, bể cái gì.

Tôi xịu mặt thất vọng. Tôi đã hy vọng chàng sắm sửa những thứ đắt tiền đó cho tôi. Các con tôi mở các hộp xinh đẹp đó ra chìa cho tôi coi. Toàn là hộp không. Chàng nói:

- Mấy cái hộp đẹp quá. Họ mua đồng hồ nhưng vứt đi vì sợ về phi trường bị đánh thuế. Họ đeo luôn đồng hồ và nhẫn hột xoàn vào tay.

Tôi cầm lấy một cái hộp mân mê. Những cái hộp bọc nhung thật đẹp. Tôi tưởng tượng ra những vật dụng đựng bên trong, chắc phải quí lắm.

Nhưng thôi, đây chỉ là những cái hộp người ta vứt đi chàng đã tiếc rẻ nhặt về cho lũ con chơi. Chàng nói:

- Những hộp này mà đựng dế thì nhất.

Lũ con tôi reo lên thích chí, tôi thì hồi hộp hỏi:

- Thế anh có mua gì cho em không?

Chàng nhìn tôi:

- Em dặn anh đừng mua sắm mà.

- Thế anh mang tiền về à?

Chàng lặng thinh. Chợt với tay lấy hộp kẹo chocolat mở ra phát cho lũ con. Chàng cũng bóc một cục đưa vào miệng tôi. Tôi ăn cục kẹo, quà ngoại quốc của chàng nhưng trong lòng vẫn phân vân về số tiền chàng đổi ngoại tệ mang đi.

Thấy lâu chàng không trả lời, tôi lại hỏi:

- Anh mang đôla về hả?

Chàng quay đi nơi khác:

- Đôla nào? Bên ấy cái gì cũng đắt đỏ.

Tôi hồi hộp, chàng ngập ngừng một lát rồi tiếp:

- Ăn một bữa cơm bên đó tốn cả chục mỹ kim. Đi một cuốc xe hai ba đồng.

Tôi lặng thinh nghe, chàng liếc nhanh nhìn tôi tiếp:

- Lại nay tiệc mai tiệc. Họ mời phái đoàn ăn nên phái đoàn phải góp tiền mời lại họ, mua tặng phẩm tặng họ…

Tôi thấy là không còn hy vọng gì ở số tiền chàng mang đi. Tôi hỏi:

- Nghĩa là anh tiêu hết sạch?

Chàng cau có:

- Đã bảo bên đó bây giờ đắt đỏ lắm.

Tôi thở dài:

- Vậy mà em tưởng chỉ ở xứ VN chiến tranh tan nát, mình mới đắt đỏ. Ai ngờ các nước văn minh thái bình cũng bị tình trạng khan hiếm nhu yếu phẩm, cũng bị gian thương đầu cơ tích trữ nên mới đắt đỏ như thế khiến anh hết cả tiền.

Chàng tưởng tôi đã thương cảm với chàng nên hăng hái:

- Thật đó em ạ. Bên xứ họ cũng khổ lắm không hơn gì mình đâu.

À thì ra anh cho là tôi chỉ ở xó nhà không biết gì ở ngoại quốc. Đã vậy tôi phải làm tới:

- Thế sao mấy người cùng đi với anh họ mua cả núi đồ về. Tiền đâu họ nhiều thế.

Chàng chợt lúng túng nói trớ đi:

- Chắc họ mang nhiều tiền đi buôn. Với lại cũng

nhiều anh ở bên đó bần tiện lắm. Họ nhịn cả ăn nữa, mỗi ngày họ mua bánh mì về phòng ăn trừ cơm. Anh ăn thế đâu được.

Tôi mỉm cười. Đằng nào thì tiền cũng không cánh mà bay. Có nói cũng chẳng lấy lại được. Tôi mỉm cười ân hận một điều là mình đã ngu si, đi dặn chàng đừng mua đồ. Phải chi đừng dặn, chàng còn mua được ít đồ dùng hơn là đồ chẳng có, mà tiền cũng không nốt. Tôi nói móc chàng:

- Ồ, anh tính cũng phải đấy. Họ dè sẻn được chứ anh phải ăn uống tiêu pha nhiều, kẹo quá người ngoại quốc họ cười cho.

Được thể chàng hung hăng chê các bạn của chàng:

- Kỳ cục lắm. Ai lại một ngày có thằng nó chỉ ăn một gói mì cầm hơi, còn tiền nó đem mua đồ mang về nước bán lấy lời.

Thấy chàng lên quá tôi phát cáu:

- Thôi ông ôi! Nói vừa chứ. Ông ăn chơi hết trọi tiền bây giờ còn… vẽ tùm lum nữa. Kể từ nay anh ở nhà, không đi đâu nữa. Ai mời cũng không đi.

Người ta đi ngoại quốc đều làm giầu cả còn anh đem bao nhiêu tiền cũng thế. May mà mẹ con tôi ra phi trường đón nếu không anh dám đi bộ về nhà vì hết tiền.

Chàng biết là tôi lật đúng tẩy của chàng nên chỉ đành cười trừ. Chàng xoay ra tình cảm:

- Tôi nói cho mà biết nhé. Về được thế này là mừng đó.

- Anh nó chi?

- Máy bay suýt nữa... xuống biển. Bị hư một máy, cánh quạt hết quay...

Tôi bật cười:

- Lúc ở sân bay em thấy anh từ boeing 747 bước xuống mà. Máy bay phản lực có cánh quạt ư?

Chàng biết bị hố bèn lặng thinh.

Tôi quay sang các con tôi an ủi:

- Thôi, tụi bay cũng đừng có buồn. Bố đi ngoại quốc về không có đồ cho tụi bây, cũng không có tiền cho má. Nhưng dù sao bố tai qua nạn khỏi về được đến nhà bình yên nguyên vẹn thế này cũng quí rồi. Cho tụi bay ăn hết gói kẹo chocolat một phen cho đã.

Thế là lũ trẻ phá tung gói kẹo, chúng bóc giấy cho kẹo vào miệng nhai nhồm nhồm. Môi đứa nào cũng đỏ lên một lớp son trông rất ngộ nghĩnh. Chàng chớt nhả với tôi:

- Thôi đừng buồn nữa anh thương…

Tôi gạt tay anh ra:

- Khỏi cần. Anh đi mà thương mấy con đầm, con Nhật…

Mang bao nhiêu là tiền đi mà tiêu hết chắc chắn là đã… thương mấy con nhỏ đó. Tôi nghĩ thế và mủi lòng. Tôi giận thực sự. Tôi không nói chuyện với chàng nữa. Tôi bỏ vào phòng khóa cửa lại. Tuy vậy tôi vẫn theo dõi mọi hành động của chàng bên ngoài. Chàng nằm phễnh trên nền nhà, miệng hút thuốc. Lũ con bu xung quanh chuyện trò rối rít. Tuân nhổ tóc trắng cho chàng, con Bự nằm ấp má vào mặt chàng. Cu Hiền gục trên ngực chàng. Mấy đứa lớn bóp chân, bóp tay, chúng bẻ từng đốt xương cho chàng kêu lốp cốp.Chàng nằm hút thuốc mắt lim dim ra chiều khoái trá lắm. Tôi thấy vậy tức quá mở cửa gọi các con tôi vào. Tôi nói:

- Bố đi với mấy con đầm, con Nhật, bố thương nó, bây giờ bố về đây đừng thèm chơi với bố nữa.

Nhưng lũ con tôi vẫn bám lấy chàng, chúng vẫn không rời chàng. Chàng lại củng cố thêm. Chàng đem chuyện máy bay ra kể. Lũ trẻ há hốc mồm nghe. Tôi dụ mấy đứa con không được. Chúng đã về phía chàng.

Cả tháng trời xa cách bố, bây giờ chúng phải quấn quít.

Tôi lại đóng cửa nhìn qua khe theo dõi. Chàng đã nằm sấp cho lũ trẻ trèo lên lưng. Đúng là chàng đã hoàn toàn mệt mỏi nên mới như thế. Tôi nghĩ giá chàng chịu hiểu tâm lý một chút, chịu xuống nước năn nỉ tôi, tôi sẽ đấm bóp cho người về mệt mỏi. Nhưng hình như tôi thừa. Chàng đã có lũ con của chàng. Chỉ nguyên chúng nó giành nhau trèo lên cổ, lên lưng, lên tay chân chàng cũng công hiệu như tẩm quất rồi.

Thậc ra, chàng về tới nhà là tôi mừng rồi. Mỗi khi chàng đi xa, tôi đều nhớ chàng vô cùng. Lũ con cũng nhớ chàng vô cùng. Chúng đếm từng ngày.

Những đứa lôn còn đánh dấu ngày chàng về trên quyển lịch rồi mỗi ngày chúng trừ dần đi.

Những đứa nhỏ không ngày nào không hỏi tôi:

- Bao giờ bố về hả má?

- Mai bố mình về hả má?

Tôi sửa lại:

- Bố ai? Bố là bố của con chứ đâu phải bố của má. Má không biết bao giờ bố về.

Lũ trẻ nhỏ hỏi quá, nhiều lúc tôi phải cáu. Bây giờ chàng về đó. Chúng tha hồ ôm ấp chàng. Chỉ có tôi là chẳng... được gì cả.

Chợt tôi nghe mấy đứa khóc ré lên, nhân cơ hội đó, tôi mở cửa bước ra cự nự chàng:

- Đi cho đã với mấy con đĩ ngựa bên đó rồi bây giờ về chọc con cho nó khóc hả.

Chàng với tay kéo tôi ngồi xuống bên cạnh. Cu Tuân còn mếu máo mặt nó thảm não tội nghiệp:

- Bố đừng thương Morita nghe?

Tôi hỏi:

- Morita là ai?

Chàng cười:

- Ở bên Nhật.

Tôi luồn tay vào áo chàng bẹo mạnh.

Chàng nhăn mặt xuýt xoa:

- Đau.

Tôi lại hỏi:

- Morita là ai?

Chàng cười:

- Mèo của bố bên đó.

Con bé Bự mếu máo:

- Bố đừng thương con mèo nghe.

Chúng vẫn khóc tấm tức. Tôi trách chàng:

- Để cho chúng la khóc thế hả?

Chàng quay sang lũ con:

- Ừ. Không thương con mèo không thương Morita.

Lũ trẻ lau nước mắt. Chúng lại tiếp tục ôm kín lấy chàng. Tôi lại cảm thấy mình bơ vơ, nỗi uất ức lại tràn tới. Tôi lạc giọng:

- Con Morita nào thế?

Chàng mở mắt rồi lại nhắm lại:

- À, cô bạn gái bên Nhật?

Tôi sững sờ!

- Thân không?

- Thân lắm.

Tôi la lên:

- Hèn chi mà chẳng hết tiền.

Chàng mở mắt nhìn tôi ngạc nhiên:

- Em hãy còn… thắc mắc về tiền bạc ư. Phù du mà. Của đi thay người.

Tôi hết nhịn nổi:

- Thôi, anh đừng ngụy biện gì nữa. Anh tiêu bao nhiêu cho anh cũng được, em không tiếc, nhưng anh mang tiền đi bao mấy con Morita, môriteo gì đó thì tôi không có chịu. Tiền là tiền tôi dè sẻn tiết kiệm để dành đâu phải để cho mấy con nhỏ đó ưỡn ẹo.

Chàng bật cười:

- Morita ngoan lắm, dễ thương, đẹp và không biết ưỡn ẹo.

Mắt tôi nóng bừng sắp khóc, tôi vùng vằng bỏ vào phòng ngủ để lại một câu nặng nề:

- Thế thì anh đi với nó, đừng về nhà nữa.

Đóng cửa phòng rồi tôi lại cảm thấy cô đơn. Chàng vẫn nắm được dân mặc dù tôi mới là kẻ có chính nghĩa.

Tôi thấy cần phải kéo dân về phía mình, tôi mở cửa phòng bước ra chỉ lũ con ra lệnh:

- Má biểu tất cả vào phòng má ngủ, khuya rồi.

Lũ trẻ bịn rịn. Chàng lặng thinh. Tôi trừng mắt với lũ trẻ:

- Nhanh lên. Vào phòng má ngủ.

Lũ con tôi líu ríu đứa ôm gối đứa ôm chăn đi

vào phòng tôi. Có đứa còn ôm theo mấy cái hộp người ta vứt đi chàng mang về. Con Bự vào đến cửa buồng còn ngoái nhìn lại. Tôi thét:

- Vào nhanh lên. Vứt mấy cái hộp rác rưới đó đi.

Con Bự mếu máo:

- Bố cho con mà.

- Không thèm. Bố đi nhặt ở thùng rác về thì để bố mang cho Morita của bố. Ngày mai mẹ dẫn tụi bay đi phố sắm sửa. Muốn thứ đồ chơi gì mẹ cũng mua cho. Đừng thèm ba cái hộp vứt đi đó.

Mấy đứa con tôi vẫn ôm khư khư những hộp gai mắt đó. Tôi chưa kịp đóng cửa phòng thì chàng cũng lững thững đi vào. Tôi định không cho chàng vào thì chàng nghiêm nét mặt:

- Thôi nghe. Lên thế đủ rồi nghe. Từ từ đừng có la hét.

Tôi vẫn gằn giọng:

- Đi với con Morita nào đó thì đừng hòng vô phòng này nữa.

Chàng làm bộ ngây thơ:

- Thế tối nay anh ngủ đâu.

Tôi chỉ ra phòng khách.

- Ghế bành đó.

Chàng lắc đầu:

- Nóng lắm. Không ngủ nổi đâu.

- Không ngủ được thây kệ anh.

Chàng chặc chặc lưỡi:

- Nói cái gì mà thất đức quá vậy. Anh mất ngủ lỡ gầy đi thì sao.

- Gầy béo gì kệ con Morita đâu ăn nhằm tới tôi.

Chàng trợn mắt:

- Morita nào?

- Đừng vờ! Đừng chối.

- Morita nào mới được chứ.

- Anh nói ra mà.

- Nói hồi nào đâu.

- Nói với các con lúc nẫy đó.

Tới đây chàng đã vào hẳn trong phòng, chàng khép cửa lại rồi nằm lên giường, lũ trẻ mừng quá chúng lại bâu xung quanh chàng. Tôi vẫn còn giận nên nằm riêng một mình trên chiếc giường sắt nhỏ nơi góc phòng. Tôi lắng tai nghe chàng đang kể chuyện cho lũ con nghe. Giọng chàng trầm trầm:

- Ở bên Nhật ấy mà…

Một đứa hỏi ngang:

- Bố kể chuyện máy bay phản lực đi bố.

Chàng thản nhiên nói tiếp:

- Chuyện này hay hơn. Để bố kể cho nghe ở bên Nhật có một con mụ… ngu như bò.

Tôi chột dạ. Họ dám dùng lối kể chuyện cho trẻ nghe để nói móc tôi lắm.

Hiền hỏi:

- Ngu như bị là ngu quá sức à bố?

- Ừ. Ngu tận mạng ấy. Này nhé mụ ta được ông chồng chiều chuộng, đi đâu về cũng mua sắm cho đủ thứ, áo quần dày dép, bóp, xách tay đồng hồ, đồ trang sức, máy đánh trứng, nồi cơm điện.

Một đứa tiếp lời chàng:

- Máy xay trái cây nữa chứ bố.

- Ừ.

- Máy sấy tóc nữa.

- Ừ.

- Radio nữa.

- Ừ.

Tôi lặng người. Đúng là chàng nói móc tôi rồi. Nhưng không hiểu sao lũ trẻ lại bị chàng lôi cuốn đến độ kể ra toàn những món đồ chàng mua về cho tôi những lần trước. Dù sao tôi cũng phải nín nhịn chờ xem họ còn nói gì nữa.

Chàng tiếp:

- Chồng mụ ấy chiều chuộng như thế, mua sắm cho đủ thứ, nào tóc giả, phấn pancake maxfactor naturel N2 nước hoa Chanel N5.

Thôi chết, tôi giật mình nghĩ vậy, đúng là

những thứ tôi đã đòi chàng mua cho lần trước. Tôi hết nhịn nổi, tôi nói chõ sang:

- Ê, đừng có chọc tôi nghe.

Chàng tỉnh bơ nói tiếp:

- Được chiều chuộng săn sóc như vậy nhưng mụ ta ngu như bò. Không lấy thế làm hãnh diện lại còn chê bai đủ điều.

Cu Hiền ngây thơ.

- Chê thì khỏi mua cho nữa hé bố.

Chàng khoái quá:

- Ừ. Mua về cho còn đài. Đài thì cho nhịn luôn.

Tôi tức quá la lên:

- Này, đừng có nói móc tôi, mua thứ nào về coi cũng chẳng ưng ý. Mầu thì cù lần, kiểu thì cũ rích, ai mà thèm.

Chàng chặc lưỡi:

- Để yên anh kể chuyện cho lũ nhỏ nghe đi... cưng.

- Không cưng gì hết.

Mấy đứa con tôi cười khúc khích. Nhưng có đứa cũng đã ngủ lăn quay. Chàng kéo chăn đắp cho chúng. Trong phòng chỉ còn nghe tiếng máy lạnh chạy ì, ì. Chàng kể tiếp:

- Giá như người ta, được chồng mua sắm cho là quí rồi, dù không vừa ý đi chăng nữa cũng chả nên chê bai. Thường còn phải tỏ ra thích thú mà khen hoặc tỏ ra cảm động mới đúng điệu chứ.

Tôi lại nói vọng sang:

- Tôi thành thực có sao nói vậy. Xấu tôi chê là xấu. Tôi không có màu mè như mấy con nhỏ khác. Người ta chê là xây dựng, cốt cho làm sao mua sắm phải lựa chọn kỹ càng. Quần áo gì mà mua toàn là màu xám.

Chàng nói:

- Màu xám là đẹp nhất.

- Anh thích nhưng tôi không ưa. Tôi thích mấy màu tươi thắm.

Chàng lẩm bẩm:

- Bởi vậy mới ngu như bò. Chồng thích gì mình phải thích theo mới khỏi là giống bị chứ.

- Anh nói ai vậy?

- Anh nói… con mụ ngu như bò bên Nhật. Anh đang kể chuyện… cổ tích cho các con nó ngủ.

Tôi tức tràn hương nhưng không nói sao được. Chàng hình như đang cười thầm trong bóng tối.

Một lát chàng kể tiếp:

- Vì con mụ ngu như thế nên lần sau người chồng không mua sắm gì cho nữa. Mụ ta trở nên rách rưới và đói… rã họng ra.

Tôi định phản đối, thì chàng hỏi lũ con:

- Tụi bay ngủ hết rồi à?

Không có đứa nào trả lời. Chúng đã ngủ hết thật. Chàng cười thành tiếng:

- Mấy đứa ngủ cả rồi. Bây giờ còn ai thức hãy sang đây tôi… kể chuyện khác cho nghe hay lắm.

Tôi biết chàng sắp tán tỉnh tôi. Tôi giả bộ ngủ luôn. Lặng thinh. Chàng lại cười:

- Ai còn thức tôi hỏi không nói là… ngu như bò.

Tôi giãy nảy lên:

- Đừng có chọc giận tôi. Kể chuyện cho lũ con nghe nữa đi.

Chàng tỉnh bơ:

- Chúng ngủ rồi. Em sang đây anh… kể cho nghe.

- Tôi đâu cần nghe ai kể chuyện. Tôi cũng ngủ đây.

Chàng gọi hai ba tiếng nữa, tôi vẫn giả bộ ngủ.

Tiếng chàng dần dần trở nên dịu dàng, tôi đã nhận thấy như vậy.

*

Ấy vậy mà rồi chàng luôn được tiếng là biết săn sóc tôi. Hồi mới lấy nhau, tôi đòi chàng phải đi cùng tôi chọn hàng và màu vài lần nhưng chàng luôn luôn chỉ màu xám. Sau rồi tôi… không khiến chàng giúp ý kiến nữa.

Tôi đi mua lấy. Quần áo của tôi tự hào là cái nào cũng đẹp. Nhất là màu sắc. Tôi đã chọn ít ra cũng năm bảy người khen là đẹp và hỏi tôi mua ở đâu. Nhưng người ngoài vẫn cứ tưởng chàng mua cho tôi.

Tôi mặc một áo mới đi cùng chàng tới thăm các bác. Mấy đứa cháu gái của chàng xúm lại xem. Chúng khen rối rít rồi hỏi:

- Cậu mua cho mợ từ bên Nhật về hả mợ.

Tôi thất vọng buông xuôi:

- Ừ.

- Trời ôi! Cậu chiều cưng mợ quá. Cậu mua giỏi quá, chiếc áo thật đẹp.

Chàng ngồi nghe mấy đứa cháu khen, mặt chàng cứ… căng căng lên khoái chí. Chàng không hề phủ nhận hay đính chính. Chàng ngậm miệng nhận quàng thành tích cho mình. Rồi mấy đứa cháu kêu má nó xuống, bà chị chàng cũng… tưởng cậu em biết săn sóc vợ, bà chị mừng lắm, cầm tà áo tôi nâng lên gần xem xét rồi cũng xuýt xoa.

- Đẹp quá. Hợp với làn da trắng mịn của mợ.

Cái áo này chắc phải mấy chục ngàn. Tôi chỉ ngồi cười, còn chàng khoái quá không dằn được tự đắc, chàng lên giọng với bà chị.

- Bà thấy không. Ai cũng chê tôi không biết lo cho vợ con, cho gia đình. Thế mà tôi ngoại quốc về phải mua cả từ manh quần tấm áo. Tôi mua cái gì là đáng đồng tiền bát gạo cái áo. Quần áo đẹp như thế kia hỏi có ai thương vợ thương con, như tôi thương vợ thương con tôi không.

Bà chị có vẻ cảm động thực, giọng bà xúc động rõ ràng:

- Thì lớn rồi chứ còn bé bỏng gì cho cam. Tôi thấy các cậu biết lo cho các mợ ấy và lũ trẻ là tôi yên tâm. Đừng có theo đòi người ta mà bỏ bê gia đình đi hoang.

Chàng nhìn tôi vênh váo. Thế có tức không. Khi về tôi mới hỏi móc chàng:

- Anh mua áo cho em… tài nhỉ.

Chàng cười hề hề:

- Thì em cũng phải để cho anh lên mặt một tí chứ. Em mua cũng như anh mua vậy.

- Mà anh thấy tôi chọn màu hay không.

Chàng gật đầu:

- Nhất.

- Thế sao lúc tôi mua anh lại chê! Anh bảo màu xám đẹp hơn.

Chàng lúng túng:

- Biết đâu chê chẳng là khen.

- Thôi đi, đừng ngoan cố. Tôi đã nói anh không có mắt thẩm mỹ. Chọn áo quần cũng như trang trí trong nhà phải theo ý tôi mới đẹp.

Chàng lầm bầm:

- Thì từ hồi nào đến giờ toàn theo ý em chứ anh có quyền gì đâu.

Thấy chàng có vẻ chua chát tôi nghiêm nghị:

- Mà anh có công nhận con mắt mỹ thuật của tôi không đã. Anh phải thành thực, đẹp anh phải nhận là đẹp đừng có nói trái lại.

Chàng chép miệng:

- Đẹp. Đẹp lắm.

Tôi hỏi:

- Cái gì đẹp?

- Cái gì cũng đẹp hết. Em cũng đẹp luôn.

Tôi cáu quá, gây sự:

- Trở lại nhà bác.

- Chi vậy?

- Để tôi lật tẩy anh. Tôi sẽ nói cho bác và mấy đứa cháu anh biết là em bà ấy và cậu chúng nó chỉ là… đồ bỏ, chẳng bao giờ làm nên tích sự gì cả. Tôi sẽ nói sự thật cái áo này tôi mua ở chợ Saigon với giá ba ngàn đồng bạc… đông dương. Chẳng có Nhật, Mỹ, Tây, Tầu gì ráo và anh đã chê áo này cù lần.

Chàng vọt xe chạy nhanh hơn, cười ha hả.

- Sức mấy trở lại nhà Bác. Bây giờ tụi mình đi ăn phở nghe?

Tôi dậm chân xuống sàn xe đòi trở lại. Nhưng chàng vẫn tỉnh bơ cho xe chạy tới hướng hàng phở quen thuộc. Phản đối một hồi không kết quả, tôi đành thở dài, thôi thì lấy chồng phải theo chồng chứ sao, may mắn lấy được chồng thương yêu mình thì hưởng, bằng nếu như lấy phải ông chồng độc tài cũng ráng mà theo. Chàng đưa đi đâu tôi phải tới đó dù là chàng đưa mình tới... hàng phở. Cứ như thế, những gì tôi mua được cả họ đều cho là chàng mua cho tôi. Ai cũng khen ngậu xị lên là chàng giỏi.

- Chú mua đôi giầy cho cô ấy ở đâu mà đẹp quá.

- Cái áo mưa của mợ tốt đẹp thật. Mợ là người được cậu chiều chuộng nhất.

Tôi cứ bị chàng đoạt mất tài tháo vát, mặc dù chàng chưa bao giờ mua cho tôi được cái gì vừa ý. Miết rồi tôi đâm sùng. Hễ có món gì tôi khoe ngay.

- Nhà em mới mua cho em đấy.

- Cậu mới mua cho mợ đấy.

- Chú mới com măng từ bên... trung phi cho cô ấy.

Tuy vậy trời đất cũng khá công bằng. Không

phải chàng chỉ cù lần đối với tôi, mà ngay như quần áo của chàng tôi coi cũng không được. Mỗi lần chàng đi may mặc, tôi thường phải theo để chọn hàng. Lần nào vắng tôi chàng đi một mình là kể như lớp quần áo đó chẳng ra gì. Và trăm phần trăm sẽ là màu xám.

Nghĩ ra cũng tội. Ở tiệm may, người thợ cầm thước dây, bà vợ ông ta cầm quyển sổ đứng bên cạnh. Vợ chồng chủ tiệm xoắn xít săn sóc chàng. Họ hỏi chàng đủ thứ:

- Thưa ông ưng đáy quần rộng hay chật.

Chàng nói:

- Ông chủ đo rồng rộng chút để cho… mát.

Tôi đứng bên cạnh nói luôn:

- Không. Ông may quần cho đứng một chút. Đừng rộng. Mấy cái quần trước anh ấy mặc vào thùng thình như cái váy.

Thế là vợ chồng người thợ làm theo ý tôi. Chắc họ cũng biết tôi mới là người trả tiền cho họ. Chàng chỉ còn cách thở dài:

- Vậy ông chủ may thật bó cho tôi. Tôi thích giống như híppi, cao bồi choai choai.

Tôi nghiêm mặt:

- Cao bồi già thì có. Ông chủ cứ đo vừa phải. Đó. Bớt đi phân nữa.

Rồi đến ống quần nhỏ hay rộng, túi quần thẳng hay xéo. Một túi sau hay hai túi sau. Tôi quyết định hết. Đó.

Sơ mi cũng vậy. Con đường chàng đi luôn luôn phải là con đường rộng thênh thang dẫn đến chỗ… mát mẻ. Nhưng tôi lại không thích chàng mặc quần áo rộng thùng thình. Tôi muốn chàng của tôi phải là người ăn mặc đẹp đẽ chững chạc. Và lần nào đi may đồ bị tôi hướng dẫn, chàng cũng càu nhàu phản đối, nhưng rồi khi lấy quần áo về chàng lại thường chịu những áo quần đó hơn cả.

Khi ở tiệm may ra, chàng thường nói dỗi:

- Quần áo đó để cho em mặc.

Tôi cười:

- Ừ. Anh không mặc, tôi để dành Linh nó lớn

tôi cho nó mặc. Người ta may đồ đẹp cho mà còn làm bộ.

Cũng có lần chàng khôn lắm. Khi ra xe rồi chàng lộn trở lại thì thầm với chủ tiệm may. Tôi biết ngay là chàng năn nỉ họ nới rộng quần áo ra. Tôi bèn gọi ông chủ ra nói:

- Hễ ông ấy mặc không vừa ý tôi, tôi không trả tiền đâu nghe.

Người chủ thợ may dạ ran và mỉm cười quay đi.

Đo xong, đến việc lựa hàng và chọn màu. Dĩ nhiên tiệm may nào cũng có một mớ hàng ứ đọng vì không được khách hàng ưa chuộng. Khi họ đưa chàng xem vải, họ thường bốc thêm những hàng ứ đọng đó.

- Thưa ông, hàng này tốt lắm và bây giờ người ta ưa dùng nhất.

- Dạ, thưa ông thứ hàng này chúng tôi may nhiều nhất trong năm nay. Mầu này lên áo quần rồi đẹp lắm.

Thấy chàng gật đầu, tôi phải xen vào ngay:

- Không! Tôi chê hàng này.

Nói rồi tôi chọn liền. Tôi xem xét từng loạt rồi chỉ tay nói:

- Hàng này một quần, hàng này một quần, hàng này một quần nữa.

Xong quần đến màu áo. Tôi nói đến đâu chủ tiệm may dạ đến đó. Và họ cắt ngay một mẫu vải làm mẫu ghim vào biên lai. Thế là xong. Chàng chỉ đờ người ra mà nhìn.

Tôi quyết định và tự tin là mình đã chọn đúng. Tôi hoàn toàn yêu thương chàng, mọi hành động của tôi đều vì chàng cả. Dĩ nhiên là chàng theo ý tôi. Tôi không nghĩ là chàng sẽ buồn vì không được lựa chọn. Mà tôi còn nghĩ là chàng sẽ vui vì được tôi lựa chọn hộ. Dĩ nhiên ngay sau khi ở tiệm may ra chàng cằn nhằn tôi. Nhưng tôi biết, khi lấy áo quần về rồi chàng sẽ khoái ngay. Lúc đó tôi lại có cơ hội hành hạ chàng.

Thoạt đầu, quần áo lấy về chàng không thèm mặc. Chàng nói:

- Ai mặc thì mặc.

Tôi cười:

- Chê hả? Dỗi hả?

- Không chê không dỗi, chỉ không ưng thôi. Mẫu đó may chật, bố ai mà dám mặc.

Tôi dụ:

- Thôi mà, không mặc hết thì mặc một bộ vậy. Mặc vài lần thôi cho em vui. Những bộ còn lại em sẽ cất đi, ngày sau Linh nó lớn lên sẽ cho nó mặc.

Tôi tán tỉnh mãi chàng mới chịu mặc một bộ. Thế là cá đã cắn câu quý vị ạ. Mặc một vài lần chàng được chúng bạn khen đẹp. Nhất là một bà hàng xóm lại cũng chõ mồm sang khen "ông ấy mặc đẹp và sang quá!" Thế là chàng mặc hoài bộ quần áo đó. Giặt xong chàng hối ủi ngay để chàng mặc liền. Chàng còn nỡ tâm gợi chuyện với tôi:

- Này em ạ bộ quần áo mới may thế mà đẹp thực.

Bây giờ mới đến lợt tôi làm khó chàng. Tôi nói:

- Mẫu xấu quá.

Chàng cãi:

- Coi cũng được đấy chứ.

Tôi cố nín cười:

- Nhưng may bó quá trông không được rộng rãi cho lắm.

- Có lẽ vừa em ạ. Không chật đâu. Rộng quá kể cũng kỳ.

Tôi giáng một câu ngàn cân:

- Thôi anh mặc đỡ vài hôm rồi em sẽ giặt cất đi để dành cho Linh.

Chàng vội nói:

- Anh mặc được mà. Cứ để anh mặc. À còn mấy bộ nữa đâu rồi?

Tôi quay đi nín cười.

- Em mang ra chợ trời bán rẻ rồi.

Chàng giẫy lên đành đạch:

- Sao phí thế. Quần áo mới may chưa mặc lại đem bán tống, bán tháo đi.

Tôi thở dài:

- Nhưng anh không ưng thì biết tính sao?

Chàng cau có:

- Ưng chứ sao không. Trông được lắm mà.

Tôi hỏi:

- Ai nói với anh thế?

Chàng nhún vai.

- Bạn anh?

Tôi cười:

- Và cả bà hàng xóm ngứa miệng nữa phải không? Thế sao lúc may anh không tin em?

Chàng lúng túng:

- À lúc may anh nói vậy thôi. Anh đã bảo anh chê nhiều khi có nghĩa là khen mà.

Tôi vẫn làm khó:

- Không. Với tôi, chê là chê, khen là khen. Trắng đen rõ ràng. Mấy bộ quần áo mới của anh tôi cất đi chứ không phải đem bán đâu. Nói rờn mà nghe vậy thôi. Tôi cất đi đợi hai chục năm nữa cho con tôi nó mặc.

Chàng xi một tiếng rồi nói:

- Để lâu quá như thế vải nó mục ra chứ còn à. Với lại đợi hai chục năm nữa biết đâu loài người không... mặc quần áo nữa.

- Anh cứ mặc kệ tôi chịu trách nhiệm việc đó. Anh chỉ biết anh đã chê rồi thì thôi. Đừng nhắc tới nữa.

Chàng nhăn nhó:

- Nhưng quần áo của anh đã cũ hết rồi.

- Kệ anh chứ. May mà anh chê chứ có phải tôi tiếc tiền đâu.

Chàng cằn nhằn.

- Lỡ miệng một tý mà làm khó hoài. Đã vậy hôm nào đi phố với tôi, tôi sẽ mặc quần áo rách cho mà xấu hổ.

Tôi bĩu môi:

- Đừng có dọa. Anh tính bêu riếu tôi hả.

Thấy tôi vẫn cương quyết, chàng không thèm

nói nữa. Chàng đi tìm khắp nhà. Chàng thét lũ con cùng đi tìm với chàng. Nhưng sức mấy tìm ra. Mấy bộ quần áo đó tôi đã cất vào ngăn tủ của tôi. Chìa khóa tôi giữ đây.

Mấy bố con tìm một hồi không thấy, họ ngồi thở hắt ra. Cha con nhìn nhau lòng buồn rười rượi. Chắc là họ đang nghĩ kế. Tôi thích thú vô cùng.

Một đứa con đề nghị:

- Hay là mình phá… tủ của má ra tìm đi bố.

Tôi đang nằm trên ghế đọc báo nghe vậy nhỏm vội dậy.

- Có mà! Đứa nào vừa xúi bố làm ẩu đó.

Tủ của má ai đụng tới má quất roi.

Lũ trẻ sợ quá ngồi im. Chàng thở dài:

- Thôi được. Tôi chịu thua. Tôi xin rút lại lời phát ngôn bừa bãi trước kia. Bây giờ tôi khen đây này. Nghe cho rõ. Quần áo em may cho anh đẹp lắm. Em có con mắt tinh đời lắm. Em có quan niệm thẩm mỹ khá lắm.

Tôi xua tay:

- Thôi! Thôi! Đừng có nịnh tôi! Đừng có dụ khị tôi. Tôi nhất định không đưa quần áo trả lại anh đâu.

Chàng cười:

- Em nói nhất định không có nghĩa là em sẽ đưa phải không. Ngoan quá. Ôi chao!

Rồi chàng chạy tới kéo tôi dậy:

- Nào, đi mở tủ cho anh lấy.

Thấy bố chúng dám đụng tới tôi, lũ con cũng ùa tới, chúng lôi kéo tôi phụ giúp chàng. Tôi phải trừng mắt:

- À, tụi bay giỏi nhỉ. Dám hùa theo bố đánh má hả.

Lũ trẻ lại hoảng sợ, chúng buông tôi ra.

Chàng xách động:

- Tụi bây giữ chặt lấy tay chân má mày để bố lấy chìa khóa.

Tôi vùng vẫy:

- Đừng có đụng vào tôi. Đừng có ăn hiếp tôi.

Tôi kêu lên cho coi.

Chàng hùng hổ:

- Kêu hả. Muốn kêu cho kêu. Tôi cưới về tôi có… quyền đánh đòn cũng được nữa là.

Tôi tức quá vùng ngồi dậy. Tôi ôm khư khư xâu chìa khóa, nói:

- Anh nói thế đấy hả. Tôi đâu phải nô lệ.

Chàng mím môi, tôi biết chàng muốn cười nhưng cố nín:

- Tôi cưới tốn kém bao nhiêu là… tiền!

Tôi kêu thất thanh:

- Trời ôi.

Chàng cười:

- Muốn tôi không móc họng hãy mở tủ lấy quần áo mới dâng chàng.

Tôi bĩu môi:

- Đã nói thế thì còn lâu. Năn nỉ tôi còn may ra, chứ chọc tức tôi kể như thua đi.

Thế là chàng đành chịu. Có một bộ mới mặc hoài. Nhưng một hôm tôi rủ chàng đi phố. Chàng lắc đầu:

- Không có… quần áo.

Tôi cười:

- Em cho anh mượn thôi. Về anh phải cởi ra trả em cất đi cho Linh nghe!

Chàng nhún vai:

- Không cần. Tôi mặc đồ rách cũng được. Lại có vẻ cách mạng tự túc, tự cường khắc khổ để tiết kiệm ngân quỹ quốc gia.

Tôi biết chàng làm khó tôi. Đau thật. Tôi muốn đi phố nhưng chẳng lẽ đi một mình. Đàn bà đi phố một mình lỡ người ta tưởng mình ế chồng thì sao. Dù gì đi nữa, đàn bà có một ông chồng làm cảnh cũng hơn chứ. Tiểu tư sản cũng vẫn dễ chịu hơn vô sản. Đàn bà có chồng cũng như công chức quân nhân được mua nhà trả góp, như giới tài xế được mua xe taxi đợt tự chủ, tự cường gì đó. Nghĩa là cũng như đã được hữu sản hóa dân nghèo. Tôi có chồng đàng hoàng vậy thì lâu lâu đi phố, tội gì tôi không đem theo. Nhưng biết làm sao bây giờ. Chàng không chịu mặc quần áo đẹp. Cứ làm khó tôi bằng cách mặc quần áo cũ. Mặc quần áo cũ ư? Đâu có được. Chàng đâu có cũ gì cho lắm. Chàng đâu đã là một chiếc xe phế thải. Chàng còn tốt lắm mà.

Cũng tại tôi trước đây đã làm khó chàng quá lố. Bây giờ đến phiên chàng làm khó lại là phải. Nghĩ thế tôi xuống nước điều đình.

- Thế em trả lại cho anh tất cả mấy bộ quần áo đó nhé. Nhưng từ nay anh không được dè bỉu em. Không được chê bai những gì em mua về.

Chàng nhún vai:

- Thôi để dành đó ngày sau cho Linh nó mặc.

Tức thế đó. Đến nước mình nhượng bộ hoàn toàn mà họ lại càng làm cao.

Tức quá tôi cáu:

- Không mặc thì thôi. Vứt luôn đi. Tôi đi phố một mình. Tôi ra ngoài quán cà phê mua một bao thuốc, kêu một ly cà phê ngồi gác chân lên bàn thưởng thức và kênh thiên hạ chơi. Cho có vẻ bụi đời!

Chàng lật đật:

- Em hút thuốc à? Thế có... thở khói ra đằng mũi không?

Tôi hăng tiết:

- Có chứ sao không. Ai làm gì tôi làm theo. Mình cũng phải biết ngông một tí chứ, đang buồn mà.

Chàng có vẻ lo. Tôi thấy nét mặt chàng ngẩn ngơ ra. Tôi bèn làm như mình sắp đi thật. Chàng quýnh lên:

- Chờ anh đi với.

- Sao anh nói anh ở nhà.

- Bây giờ anh lại thích đi.

- Nhưng anh mặc đồ rách không đi cùng với tôi được.

- Thì anh bằng lòng mặc đồ mới.

- Anh bảo đồ mới để dành cho Linh mà.

Chàng cười xòa:

- Thôi mà. Lằng nhằng mãi.

- Kệ anh chứ. Tôi thích đi một mình.

Chàng nhăn mặt.

- Ê, đừng có lối nghe bạn. Tôi cưới bạn và tốn bao nhiêu là… tiền. Tôi đâu có để cho bạn đi ngơ ngơ ngoài phố và hút thuốc lá thở khói ra đằng mũi.

Tôi sừng sộ:

- Anh nói mua tôi về tốn tiền hả?

- Không phải mua mà là cưới.

- Bây giờ anh tiếc tiền phải không.

- Không tiếc nhưng không thể thả rong em như thế được.

- Anh nói tiếng thả rong nghe như người ta thả rong con ki ki.

Chàng cười:

- Em là con ki ki xinh đẹp của anh.

- Đừng có nịnh.

- Thật đó mà. Đừng làm tàng nữa. Lấy quần áo trả tôi, tôi sẽ dắt con ki ki đi phố. Con ki ki muốn mua sắm gì tôi mua cho.

Cuối cùng rồi tôi cũng chịu thua chàng. Chúng tôi đi phố. Tôi tưởng chàng sẽ mua sắm cho tôi, nên tôi kéo chàng vào khu thương mại trung tâm thành phố.

Chúng tôi đi vào các gian hàng bán quần áo, phấn son và nữ trang. Tôi lóa mắt vì nhiều mẫu hàng đẹp. Tôi khen cái gì chàng cũng gật gù khen theo. Tôi hỏi:

- Mua cái áo măng tô này nhé.

- Ừ! Đẹp đấy. Hợp với em lắm.

Tôi bảo bà hàng gói lại. Chờ mãi chả thấy chàng trả tiền tôi phải ghé tai chàng nhắc:

- Anh trả tiền đi chứ. Còn đi mua món khác.

Chàng cũng ghé tai tôi nói nhỏ:

- Anh đang định xin em… năm mươi lăm đồng mua bao thuốc đen hút đỡ ghiền đây nè. Hiện anh không có một đồng bạc dính túi!

Tôi xuýt xỉu đi vì bất ngờ! Thặc ra tôi cũng đã nhiều lần bị như thế này. Tiền bạc trong túi chàng không phải lúc nào cũng có. Và nếu có nó chẳng ở được lâu. Thái đã phải nói rằng:

- Tiền trong túi bố biết bò!

Nhưng lần này, chàng bao tôi đi sắm đồ. Tôi lại đang ở tâm trạng của một người tự tôn, cứ nghĩ rằng mình vừa buông ra mấy bộ quần áo mới cho chàng mặc nghĩa là tôi cứ tưởng chàng đang cần lấy lòng tôi. Chàng đang xúc động và chàng phải biểu diễn những cử chỉ săn sóc tôi. Bây giờ mới vỡ lẽ, chàng chỉ có khả năng săn sóc tôi bằng lời nói. Chúng tôi còn nói đùa là thương nhau hàm thụ. Tôi sững sờ đành móc tiền trong bóp ra trả. Vậy mà chàng vẫn tỉnh bơ, vẫn coi như không có gì. Ra khỏi cửa tiệm đó, chàng còn kéo tôi sang tiệm khác. Tôi chùn tay lại. Chàng nói:

- Sang tiệm bên kia nhiều hàng đẹp lắm. Anh nghĩ là em nên mua vài đôi giầy mới.

Tôi lắc đầu:

- Thôi đi về anh.

Chàng vẫn ngây thơ:

- Sao vậy? Em đòi đi sắm đồ mà. Mới mua được một cái áo…

Tôi kéo chàng ra khỏi khu thương mại.

- Em mệt không muốn đi nữa. Về nhà nằm cho khỏe.

Chàng săn sóc tôi:

- Em mệt ra sao?

Tôi chỉ vào bụng mình:

- Em đau bụng.

- Đau ở chỗ nào.

Tôi thở dài:

- Đau ở… ruột.

Chàng thất sắc:

- Chết cha. Tự nhiên nó đau thế à. Vậy anh phải đưa em đến anh Hanh mới được.

Tôi cố gắng:

- Anh Hanh chuyên trị bịnh phổi, em bị đau

ruột sao anh lại bảo tới anh Hanh.

Chàng chép miệng:

- Phổi với ruột ở gần nhau, cũng trong người mình cả, anh Hanh chữa được bịnh phổi chắc ảnh cũng có thuốc chữa đau ruột! Mình cứ lại ảnh xem cho biết nặng nhẹ thế nào.

Tôi cáu quá rồi, nói như muốn hét giữa đường phố:

- Anh Hanh không chữa được bịnh của… tôi.

Chàng ca tụng luôn anh Hanh:

- Giỡn hoài, anh Hanh là docteur cừ khôi vào hạng nhất Saigon. Anh nổi tiếng khắp nơi. Trường y khoa nào cũng phải mời anh đến dạy sinh viên. Hồi ảnh ở trong quân đội, chính phủ cũng phải "bốc" ảnh về dạy ở viện đại học Saigon và điều khiển một nhà thương về lao phổi vì sợ để ảnh làm quân y sớ lỡ hòn tên mũi đạn…

Tôi thở hắt ra:

- Biết rồi. Nhưng tôi nói anh Hanh không chữa được bịnh đau ruột của tôi.

- Sao vậy?

Không dằn được tức giận nữa, tôi ghé vào tai chàng đay nghiến:

- Tôi đau ruột vì… tiếc tiền. Biết anh không có tiền tôi đã chẳng mua cái áo măng tô này. Tưởng anh bao sắm sửa cho tôi chứ.

Trời đất ạ, lúc đó chàng của tôi mới hiểu ra bịnh đau ruột của tôi. Đàn ông có lúc thông minh nhưng cũng có lúc ngu thật. Tôi không biết chàng ngu hay giả bộ ngu. Tôi cầm tay chàng lôi xềnh xệch ra xe. Chàng còn ghé vào quầy thuốc lá lấy hai bao và búng tay vẫy tôi trả tiền. Tôi thở dài móc trăm mốt trả cô hàng thuốc lá. Thế là trên đường về tôi lầm lì giận chàng. Tôi không giận chàng nhiều vì tôi phải trả tiền chiếc áo măng tô mà vì chàng… ngu.

Thế mà chàng cứ tỉnh như không, chàng làm như chẳng biết tôi đang buồn, đang giận. Về đến nhà tôi quăng gói áo trên bàn chạy vào giường nằm úp mặt thở dài. Còn chàng, chàng ngồi… đấu láo với mấy đứa con, chuyện trò vui như tết, chẳng có vẻ gì là buồn là giận cùng với tôi cho có vẻ thương cảm cả.

Nhưng rồi cũng thôi. Tôi buồn tôi giận chán, cũng thôi. Giận buồn mãi cũng phải mệt. Thế là tôi có được một kinh nghiệm, trước khi có đi phố sắm sửa hãy đòi chàng phải kiểm điểm quỹ riêng của chàng đã. Nếu ngân quỹ là con số không, tốt hơn hết hãy ở nhà. Còn nếu như mình muốn đi mua sắm, hãy lo mang tiền đi mà tự túc phát triển, chớ nên dựa vào cột trụ của gia đình có ngày té ngã. Người ta thường nói người chồng, người cha là cột trụ trong gia đình. Nhưng cái cột trụ trong gia đình tôi coi bộ hơi vô dụng, chẳng ai dám tin tưởng mà tựa vào cả.

Chàng của tôi lúc nào cũng phây phây. Hàng tháng chàng mang tiền về đưa cho.

Thế là xong. Tiền lương của chàng. Tiền chàng làm thêm. Chàng quẳng cái bộp trên bàn, xoa tay có vẻ như là hết trách nhiệm.

Cũng có khi chàng đưa cả xấp tiền cho con Vịt cầm chơi, nó đánh rơi rớt từ ngoài cửa đến trong bếp, chàng cũng chẳng nói. Thấy thế tôi la lên:

- Tiền bạc là mồ hôi nước mắt của anh trong cả tháng, mà anh vứt bừa bãi như thế lỡ rơi rớt mất thì sao.

Chàng nhún vai. Tôi biết là chàng đem tiền về tới cửa đã coi như xong nhiệm vụ làm chồng làm cha làm cột trụ của gia đình.

Ngoài ra chàng không còn phải lo gì khác nữa.

Chẳng hạn khi sửa nhà, dọn nhà, mọi chuyện tôi phải lo cả. Chàng chỉ vác cái thân của chàng tới ở. Lại còn chê bai cái này cái khác.

Trước đây tôi tính bán căn nhà cũ để mua một căn khác. Căn nhà cũ hẹp bề ngang nhưng dài chiều sâu. Tôi và chàng cùng cho là bất tiện. Muốn đổi một căn nhà khác đất đai vuông vắn cho đẹp. nguyên tắc là như thế, vợ chồng thuận nhau lắm. Nhưng đến khi kêu người mua thì thật là bực mình. Theo thời giá lúc bấy giờ căn nhà cũ của chúng tôi chỉ giá độ triệu ba. Tôi phải bốc thêm căn nhà mãi mới có mối trả triệu rưỡi.

Tôi cho như thế là được giá lắm. Nhưng cũng phải làm ra vẻ nhà mình có ông chủ. Tôi hẹn giờ có chàng ở nhà cho người mua tới. Tôi nói:

- Nếu bà bằng lòng với giá triệu rưỡi xin mời bà

tối nay đến, có ba các cháu ở nhà. Phải có sự quyết định của ba các cháu tôi mới dám bán.

Người mua y hẹn, tôi cũng báo cho chàng biết trước như vậy. Đến tối chàng đang nằm nghiền kiếm hiệp trong buồng, vợ chồng người mua nhà tới. Tôi sai con trai lớn vào mời bố ra tiếp khách. Mãi lúc sau chàng mới lò dò ra, tay vẫn còn cần quyển kiếm hiệp. Tôi "thuyết trình" tình hình giá cả đôi bên đã thuận và hỏi chàng.

- Anh bằng lòng bán chứ?

Chàng buông thõng:

- Không bán!

Tôi sững sờ, không hiểu ông này đã điên chưa. Tôi phải nói:

- Bán để mua miếng đất gần nhà bác Lễ mà anh.

Chàng lại buông một câu thứ hai nữa:

- Nếu bán phải… hai triệu

- Thôi mà. Mình để lại cho bà đây triệu rưỡi được rồi.

Chàng vẫn lắc đầu, mắt thì thỉnh thoảng lại liếc vào quyển kiếm hiệp đọc.

Tôi giận quá quay ra nói chuyện với vợ chồng người khách mua. Nhưng họ cũng nản lòng sao đó. Họ nói vài câu bâng quơ rồi ra về. Trước khi đi họ còn nói với tôi:

- Chắc không mua được nhà này rồi, ông nhà khó quá!

Tôi nói:

- Được mà, cứ giá đó đi, tôi bán cho ông bà.

Họ chỉ ậm ừ, sau đó mấy ngày chờ hoài không thấy họ đến. Rồi tuần này qua tuần khác. Bắt đầu nhà cửa xuống giá. Nghe nói là người Mỹ về nước đông nên thừa nhà. Căn nhà chúng tôi muốn bán cũng sụt giá theo. Hai ba mối nữa chỉ trả một triệu hoặc triệu rưỡi. Tôi đem chuyện đó ra đay nghiến chàng. Chàng lặng thinh. Đã vậy chàng đi nghe ai nói về cãi lại tôi.

- Như nhà mình sụt giá thì nhà khác mình định mua cũng sụt giá theo, như vậy mình bán nhà này mua nhà khác vẫn tương đương vậy đâu có thiệt gì.

Tôi hỏi:

- Sao không thiệt. Miếng đất nhà bác Lễ bây giờ lên hai ngàn đồng một thước vuông rồi. Hồi trước có ngàn tư.

Chàng nghe vậy lại ngồi lặng thinh. Tuy vậy tôi đã định là phải bán. Một hôm có người trả triệu hai. Tôi bằng lòng, tôi nói cho chàng biết như vậy. Chàng nói:

- Muốn bán thì bán.

Hôm người mua đến để chồng tiền chàng lại phang một câu khiến họ thối chí ngay họ không đưa tiền ra nữa. Chàng đã bắt tay ông ta rồi nói:

- May quá bữa trước bao nhiêu người chỉ trả một triệu. Hôm nay mới có ông trả lên triệu hai.

Người mua biết mình trả hố, họ tìm lời hoãn lại, và rồi bỏ đi luôn không mua nữa.

Tôi than:

- Chỉ phá. Chẳng làm được nên trò gì cả. Anh thật là... vô dụng.

Sau nhiều lần định bán nhà cũ mua nhà mới mà không thành, cuối cùng chúng tôi đành ở lại. Chúng tôi bàn nhau phải sửa sang cho đẹp và rộng rãi. Chàng cười:

- Ừ. Nhà này sửa cũng đẹp chán. Bốn thước ngang bốn chục thước sâu. Tha hồ mà xây cất.

Nhưng chàng chỉ góp ý kiến vậy thôi. Mọi chuyện tôi phải lo cả. Từ việc kêu nhà thầu, đến chuyện lo chạy tiền, vẽ kiểu, chọn mầu sơn, chọn màu màn cửa… tôi phải quyết định hết.

Thưa quí vị độc giả, trên thế gian này có ông chồng nào để cho vợ trèo lên thang sơn trần nhà, trong khi đó người chồng đứng dưới hút thuốc lá nhìn lên xem. Bàn tay không có chỗ nào vịn bèn bám vào cái thang và nói rằng:

- Để anh giữ thang cho em kẻo ngã.

Ấy chàng của tôi, chính chàng của tôi đã là người như thế đó. Tôi muốn công việc cho nhanh chóng bèn phụ vào làm thêm với thợ. Tôi muốn đốc thúc chàng phải làm nên đã "làm gương" trước bằng cách cầm cọ sơn trần. Nhưng đã bảo chồng tôi chậm hiểu (tôi tránh dùng tiếng ngu vì sợ vô phép với chàng), chàng vẫn tỉnh bơ và coi như công việc tôi làm là hợp lý. Tôi đã trót biểu diễn nên đành phải tiếp tục. Sơn rơi cùng mình, trên áo quần, đầy tóc tôi. Chàng thì vẫn thảnh thơi đứng dưới nhìn lên. Có lúc chàng còn phê bình chỗ này đậm chỗ kia lợt:

- Em phải quét thêm một lớp nữa ở chỗ kia mới được. Trần nhà chỗ đó bị nước mưa hoen ố.

Đang mệt mỏi lại bực mình tôi cáu:

- Kệ tôi, anh đi chỗ khác đi.

Chàng bỏ đi thật, mặc tôi chới với trên thang với thùng sơn và cái cọ. Tôi âm thầm làm việc, chợt nghe phía dưới bếp tiếng trẻ con khóc. Lát sau con Vịt lon ton chạy lên bám vào chân thang lay lay gọi tôi:

- Má ôi! Bố chọc con đó.

Tôi hét lên:

- Để cho con nó lung lay thang, tôi ngã xuống nó bây giờ.

Chàng chạy lên dỗ con bé Vịt, nhưng nó bám

chặt lấy chân thang:

- Bố chọc con má ôi!

Tôi tức muốn trào máu họng, tôi muốn đổ hết thùng sơn xuống đầu người yêu quý của tôi cho bõ ghét. Tôi la:

- Anh dắt nó đi chỗ khác.

Chàng bế thốc con bé Vịt ra ngoài nhà. Tôi nghe tiếng con bé la khóc một hồi nữa mới nín. Khi tôi khát nước muốn nhờ chàng tiếp tế lên cho một miếng nhưng kêu hoài chẳng thấy người đâu. Tôi đành phải xuống kiếm nước uống. Tôi nhìn quanh chẳng thấy lũ trẻ ở dưới bếp, vội bước ra sau nhà tìm thì hỡi ôi chàng và lũ trẻ đang ngồi chồm hổm trên đống gỗ ăn mì "xạc tắc." Lão Tầu bán mì gõ "xạc tắc" đang chuyền qua hàng rào vào một khay sáu tô mì nữa. Thấy tôi bắt gặp thình lình chàng có vẻ ngượng. Người ta ăn vụng bị bắt quả tang phải ngượng chứ. Nhưng chàng bình tĩnh được ngay, chàng nói:

- Em ăn mì không. Anh kêu cho em rồi đó. Mì gánh mà ngon ra phết, lại rẻ nữa. Sáu chục một tô.

Tôi giận dữ:

- Thế mấy bố con mỗi người ăn mấy tô rồi.

Chàng giơ hai ngón tay:

- Mấy đứa bé ăn một tô không hết. Anh và mấy đứa lớn "chở" hết hai tô.

Nói rồi chàng bưng khay mì vừa nhận từ tay người Tầu qua hàng rào để trên đống gỗ. Tôi cũng cảm thấy đói vả lại họ đi chơi mà ăn uống thế mình làm việc vất vả tội gì mà dỗi, tôi bèn ngồi xuống đống gỗ bưng một tô mì ăn. Thế là vui vẻ cả. Tôi hỏi:

- Lúc nãy anh nói, anh kêu cho em thật hay nói láo.

Chàng liến thoắng:

- Thật chứ. Anh định ăn xong sẽ vào thay em sơn để em ra ăn sau.

Tôi vớ được câu nói của chàng mừng quá bèn đẩy việc:

- Bây giờ anh đi vào sơn đi.

- Ừ thì để anh ăn hết tô nầy đã.

Dù sao thì lời nói cũng quan trọng, chàng ăn xong phải giữ lời nên đủng đỉnh bỏ lên nhà.

Tôi ăn xong mới sực nhớ ra rằng mình sẽ phải... lãnh phần trả món tiền mì này. Lão Tầu già đã đứng chờ phía ngoài hàng rào. Còn chàng và lũ con tôi đã đi tản chiến thuật hết trọi. Tôi nhìn dãy tô chồng chất trên đống gỗ và con mắt chờ tiền của lão Tầu già, chợt cảm thấy bao nhiêu mì trong bụng mình nôn nao. Hình như chúng cười khúc khích. Tôi bực tức quay ra hỏi người Tầu:

- Bao nhiêu hết thảy?

Lão ta nói ngay, không ngập ngừng, hình như lão đã tính từ lâu rồi:

- Mười hai tô. Bảy trăm hai chục đồng.

Tôi thót ruột. Ăn có một tô mì nhân một lúc cay cú mà phải trả gần ngàn bạc. Tôi ra dấu cho lão ta chờ. Tôi vào phòng lấy tiền đem ra trả món nợ trời ơi.

Tuy vậy tôi cũng vui vui khi nghĩ rằng chàng của tôi... đã tham dự vào công việc ích chung.

Tôi hớn hở lên nhà. Quả nhiên chàng đang ngồi vắt vẻo trên thang cao. Tay chàng cầm cái cọ khô queo. Và chàng đang nói chuyện với mấy người thợ. Mấy đứa con trai lớn của chúng tôi cũng đậu như chim trên các bậc thang phía dưới chàng. Đứa cầm ca nước lạnh, đứa cầm bao thuốc lá, đứa cầm bật lửa… Cả một hệ thống tiếp vận rất là ra vẻ hậu phương yểm trợ tiền tuyến.

Tôi đứng quan sát một lúc chẳng thấy chàng sơn gì cả. Khoảng trần nhà tôi bỏ dở dang lúc nãy còn y nguyên chưa thấy chàng mở rộng thêm được chút sơn nào. Mấy người thợ cũng ngừng tay ngồi nói chuyện với chàng rất là tương đắc.

Họ đang bàn với chàng về tính chất của sơn ta, sơn Mỹ và ước lượng sự bền bỉ của những tấm ván ép trần nhà.

Hình như tôi quên chưa khoe với quý vị độc giả về tài ăn nói của chồng tôi. Chữ ăn nói đây tôi chỉ muốn ám chỉ về cách nói chuyện của chàng. Tuyệt nhiên tôi không dám mỉa mai đến cái tài ăn uống của chàng. Bởi vì qua cái vụ ăn mì, ăn phở mà tôi đã kể, chắc quý vị cũng cảm phục tài ăn uống của chồng tôi.

Phải công nhận là chàng nói chuyện có duyên lắm. Giọng chàng lớn, rõ và ấm, vô cùng. Tôi nghĩ nếu chàng làm xướng ngôn viên sẽ hấp dẫn thính giả lắm. Chàng lại nói năng lưu loát và đầy rẫy ý kiến mới mẻ ngộ nghĩnh. Chẳng thế mà ngày xưa tôi đã bị chàng quyến rũ để rồi về làm tôi mọi cho chàng đến ngày hôm nay.

Do đó tôi cũng chẳng lấy làm lạ sự thể mấy người thợ ngưng làm việc quay ra đấu chuyện với chàng. Nhưng khốn nỗi thợ làm lương công nhật, tôi trả tiền tính theo công. Mỗi ngày ngàn rưởi chứ ít sao gấp đôi lương chính phủ trả cho chàng. Tuy vậy những ông thợ này làm việc nhanh lắm. Tôi thấy cũng xứng đáng với số tiền tôi trả cho họ. Vấn đề lúc này chỉ là người nhà mình phá mình mà thôi. Nếu chàng không tán chuyện, họ đâu có ngưng tay. Chỉ vì chàng đã lôi cuốn họ. Đã bảo chàng nói chuyện có duyên vô cùng mà. Có chồng nói chuyện duyên dáng hấp dẫn từ trước tôi chỉ lo đàn bà con gái phải lòng chàng, chạy theo chàng. Bây giờ tôi mới thấy sự tai hại không chỉ có thế. Chàng còn làm đình trệ công việc sửa nhà của tôi.

Tôi không dám nói vì sợ mất mặt chồng mình với thợ thuyền và cũng sợ phật ý với thợ thuyền và cũng sợ phật ý những người thợ đang ngồi chơi, tôi còn đang phân vân tìm cách trục xuất chàng đi nơi khác, thì lũ con tôi trên các bậc thang réo gọi:

- Nước này bố.

Đứa khác cũng kêu:

- Bố hút thuốc không bố.

Chàng gật gù:

- Ừ, tụi bay được lắm! Thấy bố làm lụng vất vả tụi bây săn sóc bố.

Lũ trẻ lại nhao nhao:

- Con thương, quí, chiều cưng bố nhất nhà, lắm lắm, vô cùng, hết sức…

Tôi giận sôi lên. Lúc tôi sơn, chúng nó bỏ đi chơi cả có đứa nào săn sóc đến tôi đâu, thế mà bây giờ chúng xúm nhau phục vụ bố còn hơn là phục vụ một ông vua.

Ông vua của tôi có vẻ đắc chí lắm. Ông ta ngồi vắt vẻo trên thang, đưa thuốc mời khắp lượt đám thợ thuyền. Họ vui vẻ đấu chuyện với chàng, lại được mời hút thuốc. Mọi người đều hả hê ngồi không. Chỉ có tôi là xót lòng, xót ruột. Tôi bèn cố gắng nói:

- Thôi anh xuống đi. Xuống dưới này hút thuốc, để em sơn cho.

Chàng ngần ngừ:

- Nhưng anh chưa sơn được tí nào.

Tôi mím môi:

- Như thế cũng đủ rồi. Anh có cầm lấy cọ sơn, có trèo lên thang là kể như có đóng góp vào việc sửa nhà rồi.

Mấy người thợ hình như hiểu ý tôi, họ tiếp tục làm việc. Tôi hơi yên tâm. Chỉ còn một chướng ngại là ông vua trên thang đó. Tôi cần phải bứng đi, nếu không chàng sẽ lại đấu chuyện với thợ và công việc sẽ lại đình trệ. Tôi dụ:

- Anh đưa các con đi bơi đi, được nghỉ mấy ngày đưa chúng nó đi bơi cho chúng thỏa thích.

Câu nói đó lôi kéo được cả lũ con tôi và chàng.

Chàng xuống thang nhưng hỏi:

- Thế em có đi cùng không.

Tôi lắc đầu:

- Không. Bố con anh dẫn nhau đi.

Thế là chàng và lũ trẻ vội vàng đi lấy quần tắm, chàng phồng má thổi cái phao căng lên cho bé Bự. Cha con họ làm ầm ĩ nhà lên một thoáng rồi như cơn lốc, họ ra xe hết. Tôi nhìn theo lắc đầu thở dài.

Những cô nào ham lấy chồng về làm cột trụ cho gia đình hãy cẩn thận kẻo… lầm như tôi.

Tôi nghe tiếng xe nổ máy ngoài cửa rồi còn thấy chàng hộc tốc trở vào. Chàng mở ngăn tủ tìm tòi. Tôi hỏi:

- Gì nữa vậy.

- Cái… bóp của em đâu?

- Chi vậy.

- Cho anh mượn.

Tôi đành phải chỉ:

- Dưới đệm đầu giường.

Chàng phóng vào buồng ngủ, lát sau hớn hở đi ra, tay chàng nhét cái gì đó vào túi. Tôi biết là chàng lấy tiền đi, bố con ăn uống ở câu lạc bộ. Nhưng thôi, muốn dời họ ra khỏi nhà để công việc sửa chữa được thuận tiện cũng đành phải tốn tiền chứ sao. Coi như tiền đó mình thuê bao họ… đi chỗ khác chơi.

Tiếng xe ngoài cửa xa dần, tôi mới bắt tay vào việc. Tôi trèo lên thang sơn nhà với đám thợ. Tôi biết rằng nếu mình đốc thúc làm việc bằng cách chính mình cùng làm, thợ thuyền họ sẽ không bê trễ. Và đúng như vậy, họ thấy tôi làm việc cùng với họ, họ đã hăm hở làm theo. Đến chiều căn nhà tôi đã sơn xong. Một ông cụ già trong đám thợ nói nhỏ với người bên cạnh, tôi nghe được:

- Bà ấy ghê thật. Làm bọn mình không nghỉ tay được tí nào. Cứ như ông ấy ở nhà phải ngày mai nữa mới xong.

Tôi nghe nhưng lờ như không biết. Vì chính tôi cũng vui, vui nhận thấy mình đã thành công. Lát nữa bố con chàng đi bơi về sẽ phải lác mắt phục tôi. Đám thợ dọn đồ đạc xong rồi, tôi cùng người nhà bắt đầu quét dọn và rửa nền. Chúng tôi làm đến bẩy giờ chiều thì căn nhà sạch trơn, gạch bông bóng loáng. Tường và trần mới sáng sủa mát mắt. Lúc đó bố con họ mới lò dò về tới.

Lũ con tôi mệt nhoài. Chúng nằm lăn ra giường giương mắt nhìn lên trần nhà. Chàng thì đứng giữa nhà nhìn bao quát. Và cuộc phê bình bắt đầu.

Tôi đợi chàng khen tôi một câu là bao nhiêu bực bội hồi chiều tan biến, tôi sẽ... tha thứ cho chàng. Nhưng không! Trời đất ạ! Thoạt đầu lũ con tôi khen:

- Nhà mới đẹp quá!

- Linh bật hết đèn lên coi nào.

Đèn bật sáng. Tôi hồi hộp chờ lời khen phục của chàng. Tôi nghĩ rằng công việc đáng lẽ ra phải hai ba ngày mới xong, thế mà tôi đã đốc xuất hoàn tất nội trong ngày. Không phải tôi sợ tốn nhiều tiền mà sợ dây dưa bẩn thỉu nhiều ngày trong nhà khổ cho các con tôi. Bây giờ trần mới, tường mới, nền gạch bông sạch lau lia. Đó không phải là một kỳ công sao. Chàng phải biết thế chứ. Nhưng hỡi ôi, thưa quý vị độc giả, chàng của tôi đã phang một câu làm tôi choáng váng. Chàng lắc đầu nói:

- Không đều, nước sơn chỗ đậm, chỗ lạt, chỗ dày, chỗ mỏng. Phải quét lại mới được.

Tôi giận vô cùng. Bao nhiêu công lao của mình bỏ ra thế mà chàng còn chê. Tường cũ, trần nhà cũ sơn lại dĩ nhiên không thể đều như sơn tường mới. Nhưng cứ nhìn cái sáng sủa này cũng đã thấy bao nhiêu công phu. Vậy mà chàng nỡ lòng chê bai. Tâm địa đàn ông thật là hiểm độc! Chàng còn nói thêm:

- Có lẽ tại sơn gấp quá. Người ta sơn nước thứ nhất phải chờ cho khô mới sơn nước thứ hai.

Tôi không nhịn được nữa, gây sự với chàng:

- Bộ anh tính để dây dưa sang ngày mai sao? Chỉ nội trong một ngày nhà đẹp như thế này anh còn đòi hỏi gì nữa.

Chàng nói:

- Anh đến mấy nhà hàng lớn, mấy khách sạn lớn anh biết. Nước sơn của họ bóng đều và đẹp vô cùng.

Tôi tức quá chịu hết nổi:

- Thế thì anh đi khách sạn mà ở. Nhà này chỉ có thế và không phải là khách sạn.

Chàng quay nhìn tôi cười:

- Ê đừng có nóng nghe bạn. Phải để cho tôi phê bình xây dựng chứ.

- Tôi không cần phê bình xây dựng. Tôi cần anh... bắt tay vào việc làm. Anh đã không làm lại còn chê công phu của tôi.

Chàng ôn tồn:

- Chê đâu mà chê. Anh chỉ nhận xét thế thôi. Được rồi để thủng thẳng anh sửa lại những chỗ chưa đều.

Tôi giận dỗi bỏ vào phòng nằm nghỉ. Mình mẩy tôi đau nhức vì một ngày làm việc mệt nhọc. Tôi ngủ thiếp đi lúc nào không hay.

Tôi bị thức giấc vì tiếng ồn ào ngay cạnh giường. Mở mắt tôi thấy chàng và đàn con đang nằm ngổn ngang trên nền nhà. Họ cởi trần nằm gác chân lên nhau đấu chuyện như pháo ran. Tôi đang rêm mình, rêm mẩy nhưng vẫn phải nghe chuyện của họ.

Chàng nói:

- Con Bự hôm nay tắm nước lên tới đâu?

Con bé lại chỉ tay lên cằm mình. Tôi muốn thở hắt ra vì chán nản. Câu chuyện cũng có bấy nhiêu, lặp đi, lặp lại, vậy mà họ mang đến bên tai tôi làm ồn phá giấc ngủ của tôi. Tôi vẫn phải nghe tiếp:

- Hôm nay bố bơi vòng hồ, đau ruột quá.

Cu Hiền, cu Thái, cu Khang cũng láu táu:

- Con biết bơi rồi bố ạ, con quào quào đi được một quãng.

Con Bự cũng náo nức:

- Con cũng bơi được.

Nói rồi nó nằm ngã ra nền nhà quờ quạng tay chân loạn cả lên. Tôi quát:

- Có cho tôi nghỉ một lát không?

Lũ trẻ nín lặng. Chàng cũng nín lặng. Nhưng một lát sau chàng nói to với lũ trẻ:

- Cứ nói đi. Mình nói chuyện… xây dựng mà. Con Bự hôm nay tắm... nước lên tới đâu?

Tôi muốn hét lớn nhưng rồi cố nín, chịu. Con Bự sợ tôi không dám nói nhưng tôi biết tay nó đang chỉ ngang cằm.

Chợt một câu nói của đứa con làm cho tôi nguôi giận. Nó nói:

- Nhà lau sạch nằm mát hé bố?

Ừ. Có thể chứ. Một câu nói ích lợi như vậy sao chàng không nói được để một đứa trẻ con nói ra. Tôi hỏi:

- Nhà cửa sạch sẽ mát mẻ như thế này ở có sướng không.

Cu Linh thường đồng ý với tôi về mọi vấn đề nó nói ngay:

- Dạ có.

Chàng bĩu môi.

- Biết ngay mà. Ông Linh hùa theo ngay.

Tôi nhỏm dậy:

- Chứ không đúng sao. Nhà cửa sáng sủa đẹp đẽ, mát mẻ sạch sẽ thế này anh không thấy sao?

Chàng cằn nhằn:

- Thấy chứ sao không. Nhưng cần phải nói ra à? Cần phải khen cô à?

Tôi mừng thầm trong bụng, à thì ra chàng cũng thấy công lao của tôi, nhưng hoặc vì tính chàng làm ngược lại ý kẻ khác hoặc chàng có mặc cảm của người vô dụng nên chàng đã không.

Tuy vậy tôi cũng cự nự:

- Thì có sao anh phải nói vậy chứ. Đẹp anh khen đẹp, cớ sao anh chê.

Chàng nhún vai:

- Đẹp. Tôi biết, nhưng tôi không khen được, kẹt lắm. Vả lại mọi lời khen đều là thừa. Khen đúng là thừa, khen sai là dư. Người nào làm được việc mà thích lời khen lại càng dư thừa hơn nữa. Chỉ có chê là đáng giá. Mà anh chê đâu có sai...

Tôi cãi:

- Tường cũ, trần cũ sơn được như thế là nhất

rồi. Một vài chỗ lợt lạt đâu đáng gì mà anh moi ra.

- Có chỗ lợt lạt tức là tôi đã chê đúng. Người ta biết phục thiện phải nhìn nhận sai lầm của mình chứ.

- Tôi là đàn bà mà thúc đẩy công việc thành công chóng như thế không đáng anh phục sao. Chẳng lẽ vài chỗ hơi loang lỗ cũng lấn át cả công lao của tôi.

Chàng thở dài:

- Không được. Những chỗ đó có thể làm cho đẹp như những chỗ khác dễ dàng.

Nghe chàng nói khoác như vậy tôi đã dại dột thách thức. Ngày hôm sau sự dại dột của tôi đã hiển nhiên trên tường nhà. Chàng nói:

- Ngày mai tôi sửa lại cho coi.

Ngày hôm sau khi tôi đi chợ, ở nhà chàng pha sơn chặm những chỗ lợt. Khổ một nỗi là sơn chàng pha không đồng mầu với nước sơn hôm trước. Vì thế trên tường, trên trần lại hiện lên những đốm khác còn rõ rệt hơn. Khi đi chợ về tôi thấy vậy tức quá tìm kiếm chàng khắp nhà không thấy. Hỏi mấy đứa con chúng nói:

- Bố hì hục sơn nhà hồi lâu rồi bố thở dài nói má chúng mày có lý và giỏi thật.

- Thế bố đi đâu rồi.

- Bố mặc quần áo lái xe đi đâu rồi.

Tôi cười thầm trong bụng. Đúng là người thấm đòn. Bây giờ thấy tôi, chàng ngượng nên phú lỉnh đi chơi. Giá tôi biết chàng ở đâu lúc này tôi sẽ chiêu hồi về ngay, thể hiện tinh thần đại đoàn kết gia đình, lấy tình thương xóa bỏ hận thù, mọi lỗi lầm đều quên đi hết. Tôi cũng biết kẻ lầm đường lạc lối lúc này muốn được về với chính nghĩa lắm, muốn được sống trong cảnh thanh bình. Nhưng tôi không có phương tiện để đi rải truyền đơn, dán bích chương kêu gọi trên truyền thanh, truyền hình báo tin cho chàng. Vì thế tôi đành vào bếp làm một bữa cơm ngon. À, món cà muối xổi chấm mắm tôm chanh ớt, rau muống chẻ nhỏ dầm nước mắm đường và dấm, rán thịt bị đổ lên trên... Hai món đó thôi, chỉ hai món đó thôi kẻ lỗi lầm cũng không thể nào không qui hàng được.

Buổi trưa chàng lò dò về. Lại sách vở cũ chàng

đem áp dụng. Chàng cố làm ra vẻ mệt nhọc, bực bội, mục đích át giọng tôi trước để tôi khỏi bới chuyện làm hỏng nước sơn trên tường. Tôi biết vậy nên nhượng bộ, lặng thinh.

Khi dọn cơm ra, tôi còn đùa rỡn với mấy đứa con.

Nhưng chàng vẫn chưa hòa mình với dân tộc, chàng còn giả bộ cáu với con cái:

- Bố đang mệt quá, đang đau đầu đây, đang bực mình đây, đừng có hành hạ tôi nữa.

Tôi cố nín cười, giá lúc khác tôi đã cự chàng về tội đem chuyện ngoài đường về hành hạ đổ lên đầu vợ con, nhưng lúc này tôi đang cần chiêu hồi, tôi phải nhịn. Rồi sau này sẽ tính. Vết loang trên tường còn đó. Lo gì. Sẽ có dịp nói móc trở lại. Bây giờ hãy cứ dụ cho chàng xuống nước đã.

Quả nhiên, sau một bát cơm với mấy miếng cà muối xổi chấm mắm tôm nhai ráu ráu ngon lành. Chàng lên tiếng thật dịu dàng:

- Cà muối lâu chưa?

- Đúng hai tiếng đồng hồ trước bữa ăn như anh

muốn.

Chàng gật gù:

- Ngon tuyệt.

Rồi chàng làm một thôi năm sáu chén cơm.

Mấy đứa nhỏ cũng chìa bát xin nếm món cà chấm mắm tôm. Chàng dễ dãi phát lia lịa. Mọi khi tôi đã cản trẻ con không được ăn đồ ăn sống và những gia vị lạ như mắm tôm. Nhưng hôm nay tôi không muốn phá cái ngon đang thấm thía của chàng. Tôi thây kệ, cố nhịn nhục.

Ăn cơm xong chàng đốt điếu thuốc ra ngồi ghế bành thả khói. Chàng gác chân lên bàn nằm dài ra. Tôi đến ngồi bên cạnh. Chàng nhìn lên trần nhà. Tôi biết lúc này rất thuận tiện để phản công nhưng tôi cần phải thử lại bài toán. Tôi hỏi:

- Cơm hôm nay ngon không?

Chàng chem chép miệng ra vẻ còn thèm thuồng.

- Ngon chứ. Ngày mai muối cà nữa nghe em.

Tôi thấy chàng cười, mặt rạng rỡ, tôi cho là bài

toán đã giải. Chàng đang vui. Không còn chút gì bực bội, đau đầu, buốt óc như lúc mới về nữa.

Nghĩa là chàng đã giải tán lực lượng phòng thủ. Chàng đang thơ thới hân hoan hưởng thái bình. Tôi bèn tấn công với niềm tin sắt đá là mình sẽ thắng trăm phần trăm. Tôi nói:

- Ngày mai có lẽ không đi chợ được.

- Sao vậy em.

- Ngày mai em... sơn nhà lại!

Chàng cúi đầu. Quả bom bẩy tấn rưỡi giáng xuống mục tiêu có mỗi con nai vàng nên không còn ngơ ngác nổi. Chàng sụm là cái chắc.

Quả nhiên tôi nghe chàng thở dài não nùng. Và chàng không nói thêm được gì nữa. Tự nhiên tôi thấy tội nghiệp...... đối phương. Thì tâm lý đàn bà họ đâu có muốn gây sự nếu đàn ông chịu ngoan ngoãn phục tùng. Đàn ông đừng lo chống đối là êm hết. Giá lúc này chàng la lối tôi, tôi sẽ làm tới và sơn nhà lại thật. Nhưng chàng chỉ lặng thinh. Đến nỗi khói thuốc trong miệng chàng nuốt luôn.

Tôi lấy ống lon nhôm sữa bột cho chàng gạt tàn

thuốc. Đó là một cái gạt tàn đặc biệt chàng thích. Vẩy tàn vào rồi đậy nắp kính bưng. Bao nhiêu cái gạt tàn mua về chàng chê cả! Cho đi hoặc để cho con đánh bể. Chàng chỉ thích cái gạt tàn biến chế này.

Tôi tôn trọng niềm đau nhức của nạn nhân, tôi cầm cái lon nhôm, mỗi khi tàn thuốc của chàng dài tôi lại mở nắp hứng lấy. Cuối cùng chàng nói một cách thê thảm:

- Vụ này để anh lo. Anh chịu trách nhiệm. Anh sẽ kêu thợ và anh chịu tiền phí tổn.

Tôi cười:

- Thôi. Bầy vẽ thêm bẩn nhà. Cứ để nguyên thế này có lẽ cũng đẹp. Technicolor. Phụ đề chữ hán. Parlant tiếng lèo.

Chàng phì cười nhìn lên trần gật gù:

- Ừ. Không chừng loang lổ thế lại đẹp. Mầu sắc có qui luật thật nhưng mầu sắc lung tung lộn xà ngầu biết đâu lại là một qui luật không qui luật.

Tôi nói:

- Tường nhà loang lổ lim dim mắt lại trông giống như nền trời có mấy cụm mây.

Chàng không cười. Dù tôi có nói thật tự nhiên chàng cũng vẫn cho là tôi mỉa mai chàng.

Căn nhà chúng tôi đã sửa xong. Dĩ nhiên trần nhà và tường vẫn còn nền trời và những đám mây. Phần trang trí chúng tôi bàn nhau để từ từ làm dần. Chàng hăng hái:

- Đúng rồi. Mình trang trí lấy mới vừa ý mình. Chúng ta sẽ đi nghiên cứu các nhà quen, nhà nào có cái gì đẹp mình sẽ bắt chước. Trong khi chờ đợi căn nhà được trang trí, chàng vẫn bầy bừa lung tung khắp nhà. Những thùng sách của chàng để ngổn ngang tôi nói:

- Anh mua tủ sách về mà bầy hàng lên chứ, ai lại để chúng lù lù từng đống thế kia.

Chàng nhún vai:

- Anh chưa kiếm được kiểu tủ nào đẹp. Anh sẽ đóng lấy cho em coi.

Và chàng còn dọa đóng cho tôi một bộ bàn phấn. Tôi hoảng quá cám ơn chàng rối rít và xin được từ chối. Tài thợ mộc của chàng tôi biết quá mà. Chàng đã mua từ bên Nhật về một bộ đồ thợ mộc. Cưa sáu lưỡi, búa, kìm, đục, khóa vặn ốc đủ kiểu đủ cỡ... Qua năm năm trời, chàng mới đóng được cho lũ con một cái bàn học và ba cái ghế. Cái bàn có ngăn đàng hoàng nhưng ngăn lại dốc ra vì thế bút mực, sách, vở của lũ trẻ bỏ trong đó cứ lăn xuống đất hoài.

Cái bàn trông cục mịch, đầu cây thò ra, những ngăn không khít với nhau, tuy vậy sơn đi trông cũng được. Tôi nghĩ là dù sao cũng mới chỉ khởi đầu tập sự, được như thế là khá rồi. Khốn nỗi chàng lại hãnh diện quá mức. Chàng khoe với cả nước cái bàn và ba cái ghế đó. Chàng còn kê nó ngay phòng khách như để trưng bày. Ai đến chàng cũng giới thiệu công trình của mình. Nhiều lần tôi ngượng chín người vì cái bàn đó. Thế mà lũ con tôi lại thích. Chúng tranh nhau đòi ngồi học ở cái bàn của bố đóng. Nhưng chàng chỉ cho những đứa nào nhỏ. Chàng nói:

- Bố đóng bàn này cho những đứa nào học vỡ lòng mà thôi. Lớn rồi phải ngồi bàn cao.

Và thưa quí vị, khi tôi viết quyển sách này cũng nhiều lần tôi dùng cái bàn chàng đóng dành cho những người vỡ lòng đó. Dù sao thì nó cũng là công trình của chàng. Tuy nhiên khi chàng đòi trang trí nhà cửa lấy và còn đòi đóng một cái bàn phấn cho tôi. Tôi sợ lắm. Cái gì cũng vậy. Vừa phải thôi chứ. Vật dụng của chàng làm ra tuy không đẹp nhưng cũng có chút tâm hồn của chàng trong đó, đáng quí lắm. Nhưng bàn phấn của tôi thì xin can. Tôi phải từ chối. Bằng mọi cách. Chàng nói:

- Ông đại tá chẳng đóng cho bà ấy một cái bàn phấn bằng gỗ thùng đạn pháo binh đó thôi. Và bà ấy có vẻ quí cái bàn phấn đó lắm.

Tôi cáu:

- Chị ấy quí chứ tôi khỏi phiền anh. Để tôi đi mua. Tôi đã chọn được một cái ưng ý rồi nhưng hơi kẹt...

Chàng hỏi:

- Kẹt gì?

- Những... sáu chục ngàn. Chưa có tiền.

Đến đây tôi ngả chiều nũng nịu, khẽ nói:

- Anh mua tặng em nghe?

Chàng xua tay:

- Phí tiền! Phí tiền! Mấy thứ đồ bày ở tiệm đó chỉ hào nhoáng bên ngoài, chóng hư lắm, có ra cái gì đâu. Cứ yên tâm anh đóng cho em cả bàn lẫn ghế!

Tôi thấy nguy, quyết liệt từ chối:

- Không. Anh đóng cho anh xài. Hoặc anh để dành cho con gái anh ngày sau lớn lên lấy chồng sẽ mang về nhà chồng mà bêu riếu.

Chàng chép miệng:

- Lạ thật, sao em ngoan cố quá, ham gì mấy thứ đồ hào nhoáng mà đắt tiền đó. Đồ đạc anh làm ra em không quí sao.

- Quý chứ, nhưng... vừa thôi.

Nói thế thôi, còn lâu chàng mới đóng xong chiếc bàn phấn cho tôi và tôi cũng vẫn chưa có gan bỏ ra một số tiền lớn mua cái bàn phấn mình thích. Tôi đựng tất cả phấn sáp vào trong một cái hộp bánh.

Thấy thế chàng khen:

LÁ XANH

- Mà tội gì phải bày vẽ bàn phấn, anh thấy em đựng trong cái hộp sắt đó lại tiện.

Tôi lặng thinh.

Ngoài những dự án bỏ trống của chàng, còn có nhiều việc chàng bỏ dở. Như tủ sách vẫn chưa có. Chàng vẫn vứt ngổn ngang bừa bộn. Mắc áo chàng đang lựa kiểu vì thế quần áo chàng vẫn vắt trên ghế, trên giường hoặc treo trên cây đinh hoặc móc cửa. Ôi thôi là bừa bộn.

Tuy vậy chàng đã làm xong những cây treo màn cửa. Chẳng hiểu chàng xem ở nhà ai mà biết một loại cây treo màn cửa rất đẹp. Thế là chàng đi lùng các tiệm cố mua cho được đem về nhà đục tường gắn lên. Mỗi cây như thế dài năm thước chàng cắt ra được bốn đoạn cho một cửa ra vào và ba cửa sổ. Gắn xong chàng cắt vải móc lên. Vải thì tôi đã mua sẵn vì thế mầu vải là công của tôi chọn. Làm xong công trình chàng xoa tay đứng ngắm, đứng xa ngắm, đứng gần ngắm rồi chàng kéo màn, tiếng bánh xe chạy rào rào nhẹ nhàng nghe rất vui tai. Tôi cũng phải công nhận là công việc này chàng thành công. Tấm màn cửa đẹp lắm, cây treo màn cửa đẹp lắm, mạ kền không rỉ sét bánh xe lại trơn tru. Chàng được dịp khoe hết cả họ hàng, ai tới chàng cũng bắt đứng coi chàng kéo thử. Bác Thân và lũ trẻ xuống chơi, chàng cũng đem khoe và nói:

- Ông Đại tá thấy công trình này chắc phải phục lăn. Thế nào ông ấy cũng bắt chước anh thay hết màn cửa trên đó cho coi.

Quả nhiên, cô ả Lan Dung cũng có nói:

- Khi nào bố cháu về phép, cháu nói bố cháu xuống coi mẫu của chú để làm lại màn cửa trên nhà cháu.

Chàng bĩu môi:

- Saigon làm gì còn loại này. Hết rồi. Người ta nhập cảng có... mỗi một cây. Chú mua mất đâu còn nữa.

Tính ra một cây năm thước kể cả bánh xe lăn giá ngàn ba. Rẻ hơn cả cây bằng ống nước.

Tôi khen chàng:

- Anh mới làm được mỗi một việc này.

Chàng hăng hái:

- Thì từ từ rồi anh sẽ làm hết. Mình phải chọn thứ tốt, rẻ và đẹp mới được.

Tôi không hiểu thời gian mà chàng từ từ là bao lâu nữa. Một vài tháng hay một vài năm? Chỉ biết nhà tôi tuy sửa chữa rồi nhưng đồ đạc quần áo rất bừa bộn vì còn chờ chàng nghiên cứu sắp xếp. Tôi tự an ủi, mình đã chịu đựng cả mười mấy năm rồi còn được, bây giờ chịu đựng thêm vài ba năm bừa bãi của chàng nữa có sao. Rồi chàng sẽ nghiên cứu xong, sẽ xếp đặt ngăn nắp mấy hồi.

Tôi còn nhớ hôm sửa xong nhà, tôi chi tiền thấy hết nhiều quá có phàn nàn với ông cai thầu:

- Sửa căn nhà này đâu có gì mà đắt quá.

Chàng đứng gần nói chen vào:

- Anh thấy cũng vẫn còn rẻ. Có nhà họ sửa hết cả chục triệu.

Thế có chán không. Nhà người ta sửa khác nhà mình sửa qua loa, vậy mà chàng đem so sánh ngang xương như vậy.

Chủ ý của tôi khi phàn nàn là vì có người mách cho tôi biết thợ thuyền họ thường xin thêm tiền khi công việc xong xuôi. Tôi biết vậy nên phàn nàn trước để họ khỏi xin. Ai ngờ chàng lại kêu còn rẻ. Và quả nhiên ông cai thay mặt anh em liền ca một bài trà nước. Họ khen tôi giỏi. Họ khen căn nhà đẹp hẳn lên. Họ còn bàn luôn cả những chi tiết về địa lý của căn nhà. Nào là phía trong rộng hơn phía ngoài, nhà sau thế là có hậu. Sân đằng trước dốc vào trong nước mưa sẽ tràn vào chứ không tràn ra, như thế có nghĩ là tôi sẽ ăn nên làm ra, tiền vô rất nhiều mà khó mất đi. Cuối cùng bài ca được ông cai kết thúc.

- Bà cũng thương anh em tụi tôi vất vả cả tháng trời, anh em tụi tôi làm hết sức mình, căn nhà vững chắc lắm, chúng tôi làm cẩn thận lắm. Thời buổi này cái gì cũng đắt đỏ, anh em lao động cực khổ.

Tôi hiểu rồi, không cần nghe nốt bài ca. Chính chồng tôi còn bô bô khen rẻ thì tôi chặt chẽ quá coi sao được.

Thế là tôi phải xì tiền thưởng cho họ. Khi thợ thuyền về cả rồi tôi chỉ còn cách dịu dàng bảo chàng:

- Từ nay hễ em có công việc gì bàn tính với ai

nhất là về chuyện tiền bạc, anh cũng chịu khó đi chỗ khác chơi, đừng có bép xép miệng nghe không.

Chàng hiểu tôi tức về câu khen rẻ của chàng nên chàng nói lớn:

- Rẻ thực đó chứ. Với lại đám thợ này cũng có lương tâm. Họ làm cẩn thận lắm. nguyên cái sân đằng trước họ cố ý tráng cho nước chảy vào cũng đã hết lòng vì mình rồi còn gì.

Sau đó, có trận mưa, quả nhiên bao nhiêu nước đều chảy vào, đến nỗi tràn cả vào nhà. Tôi thấy chàng nhăn mặt đi lấy chổi quét ra. Rồi cả nhà tôi phải xắn quần quét nước mới khỏi lênh láng trong nhà. Chàng cáu quá:

- Mai kêu họ tráng lại cái sân cho nước chảy ra đi. Bẩn quá. Tiền thì có làm mới kiếm được chứ đâu phải tại nước.

Thế là cái sân lại phải tráng xi măng lại. Thêm tiền. Chàng nói thêm:

- Cứ chịu khó làm thêm là có thêm tiền, nước chảy vào bẩn nhà, nước chảy ra chóng khô sân đỡ phải quét.

Sửa xong căn nhà, tính tiền chúng tôi nợ mất mấy trăm ngàn. Tôi trù tính bán cặp nhẫn để trả. Tôi ngỏ ý ấy với chàng, tưởng rằng chàng sẽ cản ý định của tôi. Biết đâu chàng chẳng nói:

- Cặp nhẫn là một kỷ niệm, em đừng có bán để đó mà đeo chứ. Đàn bà phải có chút nữ trang cho bằng người ta. Em cứ để đó anh kiếm thêm tiền trả.

Hoặc chàng nói một câu như ra lệnh tôi cũng vui lòng, chẳng hạn như:

- Tôi cấm cô bán nhẫn đó. Không nghe lời biết tay tôi.

Thế nhưng quí vị ạ, chồng tôi nghe tôi nói bán cặp nhẫn kỷ niệm để trả nợ, chàng hớn hở ngay:

- Nên lắm. Đeo cái thứ đó trên tay có bổ béo gì đâu. Lại thêm phiền phức thắc mắc. Em không nhớ câu người ta thường nói "tiền của không làm cho con người sung sướng" sao?

Chàng còn hăng hái nói một thôi một hồi nữa:

- Có mấy cái cục đá nhỏ xíu đó mà bán được mấy trăm ngàn, tội gì không bán. Bán đi trả nợ anh ra chợ Saigon mua cho em một chục cái khác y hệt như vậy.

Tôi nghe chàng nói giận tím mặt, nhưng chưa hết chàng còn dọa tôi:

- Em thấy báo chí họ đăng đó, bọn cướp giật ngoài đường dám... bẻ tay các bà các cô để lấy cà rá hột xoàn ban ngày, ban mặt!

Thật là hết chỗ nói. Họ có săn sóc gì tới tôi đâu. Họ có nghĩ đến việc làm đẹp cho vợ đâu. Mới giả bộ nói bán là họ xúi bẩy thêm liền. Tôi giận quá:

- Ban mai đi bán, bán hết… Bán cả nhẫn, cả vòng, cả dây đeo cổ, cả đồng hồ, cả giầy dép quần áo…

Chàng tỉnh bơ xua tay:

- Bán gì nhiều vậy. Mấy thứ kia bán đâu được tiền.

Tôi nói:

- Anh thử tưởng tượng coi nếu, ăn mặc đẹp đẽ mà trên ngón tay không có lấy một cái gì đắt tiền làm quí kim để bảo đảm thì chẳng hóa ra tôi phồn thịnh giả tạo sao? Cái "luật" ăn mặc là phải có hột xoàn, kim cương. Thiếu nó không được. Rẻ tiền ngay. Đàn bà phải như thế. Anh không biết gì cả.

Chàng thở dài:

- Thế sao em đề nghị bán nhẫn trả nợ.

- Tôi nói thế là có ý chờ anh cản lại. Và cũng có ý khích lệ anh đi làm thêm. Nhắc nhở anh món nợ mình đang còn mắc. Ai ngờ anh... ngu quá chẳng tế nhị chút nào.

Chàng lại thở dài:

- À nghĩ là em không muốn bán nhẫn hột xoàn nên nói dọa anh để anh cản trở em?

- Ừ.

- Kỳ cục.

- Cái gì mà kỳ cục.

- Bán thì nói là bán, không muốn bán thì cứ nói là không muốn bán. Can chi nói trái ngược chứ.

- Anh quên rằng có khi đàn bà nói có là không, không là có sao?

Chàng thở dài nữa, lần thở dài này sao mà não

nuột:

- Bố ai hiểu nổi.

- Lấy tôi mười mấy năm rồi mà anh chưa hiểu sao. Có anh giả bộ không hiểu thì đúng hơn. Anh giả ngây giả dại. Tôi biết hết. Tại anh không thương tôi.

Chàng chặc chặc lưỡi:

- Cái gì mà quẹo sang vấn đề thương hay không thương. Được rồi. Để đó. Tôi sẽ đi làm thêm kiếm tiền trả nợ.

Tôi cười chúm chím:

- Có mỗi một câu nói dễ dàng như vậy mà bây giờ anh mới nói ra. Sao không nói ngay từ đầu có phải đẹp trăm phần trăm không.

Chàng lảng đi không nói.

Nhắc đến vấn đề làm thêm của chàng, tôi lại nhớ đến lần tôi đòi đi làm để giúp chàng kiếm thêm tiền cho gia đình. Chàng gạt đi ngay. Chàng nói:

- Tôi can cô, cứ ở nhà coi lũ trẻ cho tới nơi tới

chốn cũng được lắm rồi. Vấn đề kiếm tiền về nuôi cả nhà cô khỏi lo. Tôi bảo đảm hết.

Tôi tỏ vẻ buồn:

- Nhưng thấy anh vất vả vừa làm việc nhà nước vừa phải làm sở tư em thấy tội quá. Làm ngày, làm đêm như vậy có hại sức khỏe cho anh.

Chàng lên gân tay:

- Ăn nhằm gì. Anh còn khỏe mà.

- Nhưng rồi dần dần anh sẽ yếu đi chứ. Em phải lo ngay từ bây giờ.

Lúc đầu chàng còn lên giọng:

- Lo cái gì. Cô đi làm mà ăn nhằm gì. Tôi chỉ nhận thêm một việc nữa, mỗi ngày mất độ một giờ đồng hồ nữa còn hơn để cô đi làm quần quật suốt ngày.

Tôi hơi buồn và cũng hơi hãnh diện. Buồn vì mình kém quá, hãnh diện vì chàng có khả năng đặc biệt. Tôi nói:

- Nhưng bây giờ nhà nào họ cũng cả vợ lẫn chồng đi làm.

Chàng cáu:

- Thế ra cô coi việc đi làm là một hành động thời trang à. Họ đi làm nên mình phải bắt chước theo ư. Đi làm là để kiếm thêm tiền chứ đâu vì theo mốt.

Tôi thở dài:

- Như bà giáo gần nhà mình đó. Ông chồng đi làm, bà ấy cũng đi làm để khoe với thiên hạ.

- Bà ấy đi làm hàng tháng được bao nhiêu?

- Nghe đâu tám ngàn.

- Nhiều thế.

- Ừ. Vì bà ấy đi làm nên phải thuê người ở làm việc nhà.

- Thế công người ở bao nhiêu.

- Mười ngàn cơm ăn áo mặc.

- Như vậy bà ấy... lỗ vốn à.

- Dạ. Nhưng bà ấy lấy tiền lương của chồng bù vào để trả tiền người ở.

- Hay nhỉ.

- Còn tiền xích lô ngày hai buổi đưa đón bà ấy nữa.

- Lạ nhỉ! Ông chồng đó thật có phước.

Tôi cáu ngay:

- Chứ sao. Tuy bà ấy đi làm không kiếm thêm cho gia đình được mà còn lỗ vốn nhưng bà ấy đã mang về cho ông chồng được cái tiếng thêm là có vợ làm giáo sư. Các con bà ấy tuy nheo nhóc, ở nhà bị người ở đánh đập mắng chửi nhưng bù lại chúng được có cả cha lẫn mẹ... đi làm.

Chàng mỉa mai:

- Như vậy những lúc chúng nheo nhóc ở nhà, những lúc bị người ở tát tai, chúng vừa khóc vừa sung sướng.

- Anh đừng có nói nữa. Anh không thấy gia đình họ được cả xóm ca tụng sao.

- Họ ca tụng những gì.

- Họ nói cả hai ông bà ấy cùng đi làm mấy chốc xây nhà lầu.

- Thế họ xây nhà lầu chưa!

- Chưa họ đang định bán bớt miếng đất sau nhà.

Chàng chợt quát khẽ:

- Thôi nghe không. Tôi nói cô ở nhà là ở nhà. Tôi đã bảo để tôi làm gắng thêm một giờ nữa cũng gấp đôi lương cô đi làm.

Tôi bĩu môi:

- Anh tưởng thế chứ. Tôi mà đi làm lương tôi sẽ nhiều lắm. Hơn cả lương anh nữa.

Chàng hỏi khẽ :

- Làm gì mà lương nhiều thế.

- Sở Mỹ.

Cháng đứng rột dậy:

- Ngậm miệng ngay, chỉ nói ngu thôi. Tôi mà còn nghe cô nói đến đi làm sở Mỹ tôi vả rụng răng.

Tôi cười:

- Ghê nhỉ. Anh hùng quá. Cũng may là tôi chưa đi sửa mũi, nếu không anh tát tôi một cái miếng nhựa trong đó văng ra còn gì.

Chàng phì cười:

- Thật đó. Đừng có rỡn với tôi.

- Tôi đâu rỡn. Anh sao ghét sở Mỹ quá vậy.

Chàng gạt đi:

- Tôi nói cô ở nhà hầu hạ bố con tôi. Chỉ có thế thôi.

- Còn lâu. Vì tôi ở nhà miết nên có lúc tôi thấy mình hóa ra "người... ở" nhà anh. Tôi đâu có kén quá như vậy. Tôi cũng có thể đi làm được chứ. Đến như con Mai ở nhà mình trước kia, bây giờ nó cũng đã đi làm sở Mỹ, ăn mặc quần áo đẹp và đắt tiền, lái xe cho Mỹ vo ve máy lạnh. Lương nó nghe đâu bằng lương... dân biểu.

Chàng vị đầu bứt tai:

- Ngu ôi là ngu. Cô tưởng lương nó to như thế đấy hả. Chẳng biết gì cả còn nói ra nghe thối quá. Ngậm miệng lại.

Tôi vẫn cãi:

- Con Mai nó còn làm được nhiều tiền như vậy huống chi tôi, tôi là chủ của nó, tôi cũng còn có tí học vấn, tôi đã học hết cuốn "ăng lê săng pen"...

Chàng càng cáu:

- Tôi đã bảo thôi mà, ngậm miệng lại, đừng nói ngu nữa. Ở nhà hầu hạ chồng con.

- Anh mà nói thế tôi đi làm thật cho coi.

Chàng cười:

- À thế ra em chỉ dọa thôi phải không?

- Dọa gì. Tôi đi làm thật đó. Tôi sẽ nhờ con cháu tôi xin việc hộ. Nó làm ở phòng nhân viên sở Mỹ.

Chàng càu nhàu:

- Ăn uống gì mà ngu muội quá. Ở nhà sung sướng không chịu, đòi đâm đầu đi làm cực khổ?

- Ở nhà ăn nhờ anh nhục lắm.

- Gì mà nhục. Ăn nhờ chồng rồi chồng có mắng mỏ cũng nên lấy đó làm một thứ hạnh phúc.

- Thôi, tôi không chịu được cái hạnh phúc nhục nhã đó.

Chàng chặc chặc lưỡi:

- Cái gì? Nói cái gì mà khờ dại quá vậy. Biết bao nhiêu đàn bà con gái thèm được lấy chồng mà không xong.

Tôi la lớn:

- Thì anh đi mà vơ về. Coi có con nào, mụ nào nó cần chồng thì cưới nó tôi cho anh tự do. Tôi đi làm nuôi thân được rồi.

Chàng ngây thơ:

- Nếu em tốt bụng với anh như vậy thì em cũng nên lo giúp anh chứ.

- Lo gì cho anh nữa.

- Lo cưới nó cho anh.

- Còn lâu. Đừng tưởng bở. Anh làm gì thì làm nhưng đừng để tôi thấy. Chướng mắt tôi, tôi đốt cả hai.

Chàng thè lưỡi:

- Đàn bà mà nói gì hung hăng quá.

- Tôi không dọa đâu.

- Thế em tính đi làm thiệt à.

- Ừ.

- Vậy anh nghỉ ở nhà coi con cho em đi làm thay anh nghe.

- Đó anh ở nhà mà lo đi chợ nấu cơm giặt đồ, lau nhà và xử kiện lũ trẻ. Chỉ nguyên cái vụ nghe chúng nó chí chóe nhau tôi sợ một ngày anh điên đảo.

Chàng nhún vai:

- Có gì khó đâu. Tôi sẽ lấy tình thương mà dàn xếp chúng nó.

- Ở đó mà tình thương. Anh không cáu ầm lên tôi chớ kể. Tôi đã dịu dàng rồi nhưng không trị nổi. Cuối cùng rồi phải dùng đến roi. Hễ cãi nhau đánh nhau là tôi quất cả hai. Như vậy mà chúng nó vẫn chí chóe suốt ngày đó. Tôi nói thật với anh chứ ở nhà khổ như con chó. Nhiều lúc tôi chỉ muốn trốn đi, anh đi làm suốt ngày anh đâu có biết cái khổ của người ở nhà.

Việc ngập mặt. Thế mà vẫn bị anh coi thường, anh tưởng tôi chỉ ngồi không.

Chàng có vẻ cảm động:

- Ai bảo em chỉ ngồi không. Em giỏi lắm mà. Em biết lo cho gia đình.

Tôi nghe nói vậy nín thinh thì chàng nói tiếp:

- Nhưng vẫn chưa đủ. Em cần phải tôi mọi hơn nữa mới là ngoan.

Tôi lại nổi cáu.

Thì ra họ vuốt ve mình đấy, mà rồi lại xỉ nhục mình đấy. Tôi la lớn:

- Anh còn muốn hành hạ tôi đến mức nào nữa.

- Lúc nãy em nói bằng lòng cho anh cưới thêm vợ. Thế là nguyên tắc đã xong chỉ còn phương thức thực hiện. Anh nghĩ mình phải tính làm sao cho nó xôm trò vui vẻ và hãnh diện. Nghĩa là nếu em đích thân đi nói cho anh. Em đến nhà con mẹ đó dỗ dành nó, năn nỉ nó, đại khái em nói rằng: "thôi em về giúp chị phục vụ anh ấy..."

Tôi la lên:

- Đừng có chọc giận tôi. Nó đến quì dưới chân tôi mà xin tôi cũng không cho nữa là anh bảo tôi đi năn nỉ nó.

Chàng giả bộ ngơ ngáo:

- Thế sao lúc nãy em nói em bằng lòng cho anh cưới thêm vợ, em đi làm sở Mỹ.

- Tôi nói… giả bộ như vậy mà anh tưởng thật à.

Chàng kết luận:

- Nếu thế em đừng nhắc tới chuyện em đi làm nữa. Hãy ở nhà nghe chưa.

Tôi phì cười:

- Khốn nhưng ở nhà làm tôi mọi mà còn bị coi rẻ.

- Ai coi rẻ em. Em là nhất. Đảm đương việc gia đình, thương yêu chồng con. Thế là đủ rồi. À quên, em chỉ nên chú ý một chút nữa về vấn đề cái miệng, cái miệng em nói ít chứ. Kẻo anh giận lên anh dán băng keo cho im đi đó.

Tôi ngúng nguẩy:

- Thì lâu lâu cho người ta nói xả hơi chứ. Ở nhà khổ quá mà. Lại bắt buộc im lặng chịu đựng cho cha con anh làm trời làm đất đâu được.

- Ừ nói, nhưng nói một câu thôi. Anh nghe em nói sinh bệnh buốt óc có ngày.

- Đàn bà thì phải nói. Đàn ông thì phải biết nghe. Anh nên tập cho quen.

Chàng cười:

- Cũng tập mãi rồi đấy chứ, nếu không tập, sức mấy sống đến ngày nay.

Thế rồi chàng vẫn lo đi làm, tôi vẫn tiếp tục cuộc đời tôi mọi cho bố con chàng. Cả nhà chỉ trông nhờ vào số tiền chàng kiếm được hàng tháng. Tôi ở nhà lo việc gia đình. Trước cuộc sống càng ngày càng khó khăn, đồng tiền càng ngày càng mất giá, số tiền chàng kiếm không nhất định. Có khi chỉ vì xích mích nhỏ với chủ, chàng dỗi bỏ việc, thế là tháng sau số tiền dư thu cho gia đình sụt xuống. Tôi không dám phiền trách chàng mỗi khi chàng dỗi như vậy. Tôi chỉ còn cách giảm mức chi tiêu xuống cho phù hợp với ngân quỹ. Chàng cũng có khi đưa ý kiến:

- Từ nay em bớt tiền chợ xuống được không. Tập cho các con ăn kham khổ dần dần.

Tôi gật đầu đồng ý. Bữa đầu tiên áp dụng đường lối tiết kiệm đi chợ, tôi chỉ mua rau và thịt về kho mặn. Bữa cơm dọn ra, người đầu tiên ngắc ngư lại là chàng. Với lũ con, tôi đã phải giáo dục tuyên truyền xách động chúng hưởng ứng phong trào ăn kham khổ của tôi. Tôi nói:

- Các con đứa nào chan nước canh ăn với thịt kho mặn là giống mẹ, con mẹ.

Bữa đầu chúng ăn ào ào, theo tôi. Chỉ có chàng cố gắng nhai bã miệng ra mới được hai chén cơm. Tôi quên khoe với quý vị là chồng tôi được một đức tính quí báu, phở: tô lớn tái nạm mỡ nước béo giá trụng đã đành, bữa cơm ở nhà có thức ăn ngon chàng khiêm nhượng một thôi năm sáu bát.

Thế mà bữa cơm kham khổ đầu tiên chàng chỉ còn ăn được hai chén, tôi thấy trở ngại đã quá rõ ràng. Tuy nhiên tôi vẫn giả bộ hỏi:

- Chắc sáng nay bố ăn hai tô phở?

Chàng lắc đầu:

- Không. Sáng nay bố lại quên không ăn điểm tâm. Sáng nay bố ăn chay kiêng thịt. Tôi giật mình, nếu sáng chàng đã nhịn ăn mà bây giờ chàng lại không ăn được cơm thật là nguy.

Tôi lo âu:

- Hay là anh đau ốm gì?

Chàng lắc đầu:

- Không. Vẫn bình thường.

Tôi cười chúm chím:

- Cơm không ngon hả?

Chàng thở dài:

- Ngon chứ, Canh "Phú Đa" sao lại không ngon.

Ở quê chàng nước rau muống luộc gọi là nước rau muống luộc. Nhưng ở quê tôi, nước rau muống luộc lại được gọi là nước canh. Tôi gọi đó là nước canh theo truyền thống quê quán mình và các con tôi nó cũng ảnh hưởng bởi tôi nên tất cả đều gọi là nước canh. Chàng mỉa mai:

- Nước rau muống luộc thì gọi là nước rau muống luộc cớ sao kêu là nước canh. Canh thì phải có rau, có thịt cá, có đồ gia vị, chứ canh gì mà trong như nước ao thế này.

Tôi bênh vực quê tôi:

- Gọi là nước canh ăn cho ngon.

Chàng càu nhàu:

- Nước rau nhạt thếch ngon gì nổi.

- Anh chê thì mẹ con tôi ăn. Các con thấy ngon không.

Lũ con tôi nhao nhao tán thành. Chàng bĩu môi lẳng lặng. Và từ đó chàng cũng gọi nước rau muống luộc là nước canh nhưng lại thêm tên làng tôi vào sau đó cho có chuyện. Canh "Phú Đa". Canh "Phú Đa". Mỗi lần có rau luộc và tô nước chàng lại réo tên làng tôi ra gọi như thế.

Cuộc tiết kiệm ngân quỹ gia đình kéo được hai ngày thì hậu quả đã rõ rệt. Chàng mệt mỏi mà lũ con tôi cũng bớt hưởng ứng. Chúng cũng ăn ít cơm đi. Có đứa đã phàn nàn:

- Hôm nay lại tôm kho à mẹ?

- Ừ.

Cu Tuân là hay nói ngớ ngẩn nhất nó phát biểu:

- Ai không ăn giống má là không phải con má hé.

- Bố không ăn giống má.

Chàng trừng mắt:

- Lại sắp sửa nói láo rồi đó.

Tôi phì cười ghé tai chàng hỏi nhỏ:

- Không ăn tôm kho, thịt kho mặn với canh "Phú Đa" là không giống tôi.

Chàng bực tức:

- Tụi nhỏ sợ không được nhận là con cô chứ tôi cần gì. Dở quá tôi nhịn còn hơn.

- Thế sao anh hô hào tiết kiệm.

Chàng lung túng:

- Thì tôi có nói gì đâu. Tiếp tục.

- Nhưng bữa cơm dọn ra thấy anh ngồi nhìn mà phát ngao ngán. Hay là mình lại trở về nếp sống cũ.

- Tùy...

- Tùy là làm sao? Phải có tiền chứ.

- Thì tùy, nếu có tiền thì, ăn ngon, không có tiền lại... canh "Phú Đa", thịt kho mặn.

Tôi biết bố con chàng chẳng thể kham nổi ăn uống như thế. Tôi bèn lẳng lặng tìm kế. Tôi gom góp tiền bạc trong nhà được một món, đem hùn với một bà chị họ. Bà chị này chuyên làm áp phe. Từ đó mỗi tháng bà chị cũng chia cho tôi một mớ tiền lời thoải mái ăn uống ào ào.

Tôi đem chuyện đó khoe với chàng thì chàng lại bĩu môi:

- Buôn bán hả. Em mà cũng buôn bán sao?

- Không kiếm thêm phụ vào với anh sức mấy nuôi các con đầy đủ được.

Chàng tỏ vẻ coi thường việc tôi làm lắm. Đã vậy tôi sẽ tìm cách kiếm thêm nữa. Tôi mua lại những chân hụi mà bà chị họ nói rằng hụi con cần tiền bán rẻ. Tôi tính nhẩm, cuối năm sẽ có một số tiền may quần áo cho chàng và các con.

THẢO TRƯỜNG

Bất ngờ bà chị họ tôi bỏ nhà đi luôn. Tôi cuống cuồng lo sợ. Thấy thế chàng lại cười thích thú. Đêm tôi không ngủ được, ngày tôi quên ăn. Chỉ ngồi thở dài. Chàng an ủi tôi:

- Của đi thay người mà em!

Tôi cáu kỉnh:

- Người ta lo phát ốm nay này, không an ủi, anh lại còn có vẻ thích thú nữa.

- Tại anh biết trước chuyện đó.

- Anh biết trước?

- Chứ sao. Buôn bán là thế. Áp phe là thế. Phàm cái gì thái quá đều có hại. Em được lời nhiều tức là có ngày mất luôn cả vốn lẫn lời. Tình thế này mà còn chơi hụi. Giặc đánh khắp nơi. Quảng trị, Kontum, An Lộc, ở đấy mà em chơi hụi. Hà hà...

Trời ôi! Chồng với con, mất hết tiền bạc mà họ lại lấy làm vui. Chẳng ai lo lắng chung với tôi cả. Chưa hết, chàng còn đem chuyện tôi mất tiền đi khoe lung tung với họ hàng, khoe trong sở, vui vẻ mà khoe như người trúng đề vậy. Trong bữa ăn cơm chàng thấy tôi không làm món gì ngon bèn hỏi:

- Em thấy không, tiền của nó phù du lắm, em nên cho anh và các con ăn uống thả cửa hơn là đem tiền đi chơi hụi.

Tôi buồn mất mấy ngày bèn đi coi bói, bà thầy bói nổi tiếng gieo quẻ rồi phán:

- Bà vừa mất một món tiền lớn.

Tôi phục quá hỏi luôn:

- Thế bà thầy coi giùm xem liệu họ có trả lại tôi không.

Bà thầy tính một hồi mới nói:

- Bà sẽ được trả lại. Đến cuối năm người ta sẽ tìm bà trả đủ. Theo quẻ này thì bà phải mất tiền như thế mới... tốt bởi vì nếu không bị mất tiền, mạng sống của ông nhà sẽ nguy. Tiền mất chính là thay thế cho mạng của ông, tỷ như tiền... thế chân vậy. Nhưng đến cuối năm số của ông nhà qua cơn đen, tiền bà bị mất sẽ trở về, bà đừng buồn.

Được bà thầy bói nói như thế, tôi mừng quá! Tôi không còn tiếc tiền nữa tôi về nhanh nhà nói cho chàng biết là tôi đã cứu chàng thoát chết. Và tôi sẽ được trả lại tiền vào cuối năm.

Tôi kết luận:

- Như vậy là vì anh mà em mất tiền. Em mất tiền thế cho tai nạn, anh phải chịu số của anh làm em mất tiền. Thôi đừng buồn nữa. Hãy vui lên. Tôi làm gà cho bố con anh ăn.

Chàng cười lẩm bẩm:

- Thế ra cái gì cũng tại tôi cả.

- Chứ không à, bà thầy bói nói rõ ràng thế, số tử vi cũng nói thế. Nhất là năm nay là năm con chuột, năm tuổi của anh. Nhưng số anh lấy được vợ chịu thay cho anh tất cả. Bao nhiêu cái nạn của anh tôi phải gánh hộ hết. Không tin anh đi theo tôi đến bà thầy mà xem.

Chàng lắc đầu. Tôi biết chàng sợ đi theo tôi đến những chỗ coi bói coi tướng lắm. Vì phải chờ lâu đã đành, tôi lại hay hỏi những câu rắc rối.

Có lần không biết chàng đã làm gì bậy ngoài đường mà tự nhiên về nhà sinh dễ tính. Tôi rủ chàng lên suối Lồ Ồ coi bói. Chàng bằng lòng liền.

LÁ XANH

Chàng lái xe đưa tôi đi. Dọc đường chàng ghé xe trước một hàng thuốc lá bảo tôi mua cho chàng hai bao.

Tôi hỏi:

- Chi nhiều vậy.

- Anh sợ hai bao hút không đủ. Vì mỗi lần coi bói, em hỏi cà kê dê ngỗng lâu lắm. Trong khi chờ đợi anh phải có thuốc lá đốt qua ngày tháng chứ.

Lên đến nơi, ông thầy đi vắng, chàng rủ:

- Thôi số mình không gặp ông thầy hôm nay, em để tiền đó bao anh ăn đầu cá ở Biên Hòa cho tiện việc kế toán. Sắp tới Biên Hòa rồi, xe chạy dấn chút nữa là tới.

Tôi đâu có chịu thế. Tôi coi bói còn thích hơn ăn là được. Ăn xong rồi dù ngon đến thế nào nó cũng qua đi chứ coi bói về mình còn phải nghiền ngẫm cả tháng cả năm cả đời. Chàng rủ thế nào tôi cũng vẫn ngồi ì chờ thầy bói về. Chàng bèn mô tả món ăn:

- Trên Biên Hòa có quán đặc biệt lắm, ngoài đầu cá bánh canh và các món nhậu ngon lành, họ có món xôi gà. À em biết xôi họ làm sao mà nắm xôi phồng lên bằng quả banh, bên trong rỗng chỉ có một lớp vỏ mỏng rán dòn ăn răng rắc ngon lắm.

Tôi nuốt nước miếng nhịn thèm:

- Ngon cũng không ham. Coi bói hay hơn.

Chàng lại dùng hết lời rủ rê tôi nữa, Tôi lắc đầu:

- Nắm xôi bằng quả banh và bên trong rỗng thì được mấy miếng, đắt quá phí tiền.

- Rẻ lắm và ngon vô cùng.

- Ngon gì. Chắc họ ghé mồm vào thổi nó mới phồng lên thế chứ. Khiếp chắc bẩn lắm! Ghê!

Chàng chặc chặc lưỡi:

- Chỉ nói bậy bạ thôi. Sao lâu quá không thấy ông thầy về.

- Chịu khó chờ lát nữa đi. Ông ấy phải về chứ.

Thế là chàng đành chịu thua tôi. Chàng ngồi hút thuốc liên miên. Tôi ngồi đợi cũng buồn bèn… nắm bàn tay chàng cầm lên đến xem nó bao nhiêu đốt bao nhiêu ngón. Tôi đếm đi đếm lại mãi rồi ông thầy cũng về. Chàng thờ phào. Tôi đon đả chào ông thầy, ông ta bắt đầu coi cho tôi. Qua một chập gieo đồng tiền và lâm râm khấn vái ông thầy bắt đầu nói. Tôi hỏi lung tung và bắt chàng lấy bút ghi chép những câu nói của ông thầy bói. Chàng uể oải cầm bút ghi lên bao thuốc lá. Tôi hỏi chuyện gia đạo chồng con, đến chuyện làm ăn tiền bạc, tiền vận cũng như hậu vận. Có lúc chàng xen vào:

- Ông thầy coi xem cái tuổi tý có vợ lẽ con hầu không?

Ông thầy suy nghĩ rồi cười:

- Nói là vợ bé thì không đúng nhưng kể ra tuổi này cũng phải có trai gái lăng nhăng…

Tôi thò tay bẹo đùi chàng thật mạnh, đau quá nhưng chàng không dám kêu chỉ nhăn mặt xuýt xoa. Ông thầy nói tiếp:

- Theo quẻ thì cái tuổi tý này thương yêu tuổi sửu lắm, nên dù có đi đâu rồi cũng về nhà với vợ con mà thôi.

Chàng lườm tôi ra cái điều:

- Đó, thấy chưa.

Rồi chàng hỏi ông thầy:

- Thầy có thấy quẻ nói rằng tuổi tý có mèo mới tốt chứ.

Ông thầy gật đật đầu, chàng bảo tôi:

- Đó. Có mèo tốt mà. Mình cưỡng lại số là không nên phải không ông thầy?

Tôi bẹo đùi chàng nữa:

- Để yên cho em hỏi ông thầy nào, anh chỉ hỏi lăng nhăng thôi.

Chợt ông thầy nói tôi:

- Tuổi ông nếu theo nghiệp võ ông sẽ làm tới tướng.

Chàng khoái quá cười rạng rỡ:

- Thế hả? Nếu vậy tôi cóc cần làm gì nữa, cóc cần nịnh bợ ai, cứ ung dung ngồi đó trước sau gì cũng làm tướng. Số đã nói là không sai.

Tôi bắt chàng yên cho tôi hỏi ông thầy:

- Số tôi bao giờ giàu, ông thầy?

- Sắp rồi. Từ năm hai mươi chín đến ba mươi bà có hoạn nạn, qua rồi, từ ba mươi đến ba mươi tám làm ăn có tiền bạc. Nhưng từ ba mươi chín trở đi là bà vượng lắm. Tiền bạc công danh đầy đủ thỏa mãn.

- Thế bao giờ có… xe hơi nhà lầu.

- Đến tuổi đó sẽ có tất cả. Bà sẽ có ba bốn cái nhà chứ không phải một hai cái đâu.

Tôi mừng rỡ. Chàng cười ghé vào tai tôi nói khẽ:

- Lát về nhà anh sẽ bàn với em về việc sử dụng bốn cái nhà đó.

Tôi còn hỏi ông thầy nhiều. Mãi đến khi có khách hàng tới chờ, ông thầy xếp đồ nghề, tôi mới chịu để cho chàng kéo đứng dậy. Ra ngoài đường tôi phơi phới:

- Bây giờ em bao anh đi ăn đầu cá ở Biên Hòa.

Nghe tôi nói vậy, chàng tươi hẳn lên, tôi có cảm tưởng chàng còn vui hơn là lúc nghe ông thầy nói chúng tôi sắp giầu có phú quí. Chàng cho xe chạy về hướng Biên Hòa được một quãng, tôi chợt nhớ ra giậm chân xuống sàn xe:

- Trở đầu xe lại anh.

- Chi vậy mình đi Biên Hòa ăn đầu cá mà.

- Không, anh trở lại đi, em cần về Saigon ngay bây giờ.

Chàng tưởng tôi có việc gì quan trọng tìm lối quanh xe trở lại. Về đến Saigon tôi nói chàng cho tôi lại nhà bà chị để tôi kể chuyện coi bói cho bà ấy nghe, và rủ bà ấy hôm nào đi coi. Trong khi tôi đang thao thao thuật lại những lời ông thầy đã nói, chàng lắc đầu, tay cầm xâu chìa khoá lắc leng keng và ngồi phịch xuống ghế:

- Mất toi bữa ăn đầu cá. Tưởng chuyện gì gấp quan trọng chứ.

Bà chị cười:

- Chú không hiểu tính nó hả? Có chuyện gì hay nó đâu có giữ được lâu, phải tìm người khác kể cho nghe ngay. Ai bảo chú không biết cách nghe vợ kể chuyện.

Tôi nói:

- Đi với anh ấy chán chết, chỉ tính chuyện ăn không thôi, chẳng biết ý vợ con gì cả.

Chàng thở hắt ra:

- Đi coi bói là cho vui vậy thôi, ai ngờ lại phải có lời bình phụ đề nữa. Mấy khi lên tới Biên Hòa mà bỏ lỡ dịp may hiếm có.

Chàng và tôi thường xung khắc về việc ông thầy nào coi đúng, bà thầy nào coi sai. Những thầy tướng, thầy bói nào bói hay cho tôi, tôi cho là đúng. Còn ông thầy nào nói hay cho chàng, chàng cho là đúng. Một ông thầy ở Saigon có lần đã nói:

- Số bà sang lắm. Bà sang ngay từ hồi nhỏ. Lớn lên lấy chồng, dù chồng có tay không nhưng nhờ có số của bà ông chồng cũng làm nên. Chàng ghét lão thầy bói đó nhất. Chàng cho là ông ta nói nịnh tôi. Và khi muốn chọc tức chàng tôi chỉ việc giả bộ rủ chàng đến coi bói ông thầy đó là đủ cho chàng phát sùng ngay. Chàng nói:

- Thầy bói nói mò!

Tôi hỏi:

- Thế sao ông thầy trên suối Lồ Ồ lại được anh

khen là bói đúng.

Chàng chỉ ậm ừ, tôi lật tẩy:

- Có phải ai khen anh tốt đẹp thì anh cho người ấy là nói đúng chứ gì.

Chàng cười:

- Thì em cũng vậy.

Tôi cãi:

- Tôi đâu có yếu đến thế. Ông thầy nào nói đúng tôi mới khen chứ. Mà những chuyện được coi là đúng khi nó đã qua. Ông thầy nào bói về quá khứ cho tôi đúng răm rắp tôi mới chịu phục.

- Thế ông thầy đường Pasteur Saigon nói đúng những gì về em?

- Ông ta bảo rằng tôi khôn ngay từ hồi nhỏ. Tôi là con nhà gia giáo quyền thế nhưng vẫn biết lo toan mọi việc, chứ không phải là thứ con gái ăn không ngồi rồi.

Chàng cười hỏi:

- Có đúng không?

- Đúng chứ sao không? Tôi đã nói rồi bộ anh quên sao. Hồi năm sáu tuổi tôi đã biết... làm thịt gà ăn, tôi đòi thịt gà không ai làm cho tôi, tôi tức lên bắt gà cắt tiết nhổ lông.

- Đảm nhỉ. Còn gì nữa.

- Anh đừng mỉa mai. Tôi phục ông thầy nói trúng tôi đảm đang từ hồi nhỏ.

- Bói hay thật.

- Ông ta còn nói hồi nhỏ tôi hay khóc.

- Thế hả? Anh cũng vậy. Số mình giống nhau.

- Ông ta còn nói tôi lấy chồng cũng thuộc giòng dõi con nhà gia thế.

Chàng cười có vẻ thành thực, nét diễu cợt biến mất trên khuôn mặt chàng.

Tôi hỏi:

- Đúng không.

Chàng nhanh nhẩu:

- Điều này thì đúng thật.

Tôi lườm chàng:

- Chịu lắm. Thế nhưng ông thầy lại nói vợ chồng mình lấy nhau thân lập thân. Khởi đầu hai bàn tay trắng rồi dần dần làm nên. Chàng cãi:

- Rỡn hoài, hồi lấy em ông bà cụ chia gia tài cho anh, nhà cửa vườn ruộng đủ cả.

- Nhưng để ở ngoài Bắc chứ gì. Đó là tiền của… hàm thụ. Đợi bao giờ thái bình, thống nhất đất nước hãy nghĩ tới. Tôi cũng có ruộng vườn nhà cửa chứ bộ. Nhưng anh có nhớ khi mình làm đám cưới, anh có mỗi tháng lương mới lãnh.

Chàng chắt lưỡi:

- Cứ nhắc đến chuyện đó hoài.

- Đúng như vậy chứ còn gì nữa. Như thế là ông thầy bói nói đúng, tôi lấy anh nghèo mặt rệp, nhưng rồi anh nhờ số tôi nên dần dần khá lên.

Chàng trừng mắt:

- Từ nay không được đến coi bói ở lão thầy đó nữa. Muốn coi tôi đưa đi suối Lồ Ồ.

Tôi cãi:

- Ô kìa, ông thầy nào giỏi tôi có quyền đến coi chứ, tôi đâu phải nô lệ mà anh cấm đoán.

Chàng lại giở cái giọng cù nhầy ra:

- Tôi cưới cô về tốn biết bao nhiêu tiền…

Tôi bị chọc giận nổi sùng:

- Này, nói cho anh biết, đừng có giở thối ra nữa. Anh tưởng hay lắm đấy hả? Cưới người ta mà trong túi có mỗi năm ngàn bạc.

Chàng vẫn cãi:

- Năm ngàn bạc ngày đó bằng… năm triệu bây giờ.

- Đừng có nói khoác. Gia đình tôi không thương anh thì sức mấy làm đám cưới nổi. Tôi chưa thấy ai đi lấy vợ mà rách như anh. Vậy mà gia đình tôi chấp nhận anh, có lẽ tôi bị duyên nợ với anh từ kiếp trước.

Chàng cười hà hà:

- Ừ, nếu là duyên nợ với tôi thì cô lại càng phải chịu khuôn phép của tôi. Không được làm những gì mà tôi không bằng lòng. Nghe chưa. Năm ngàn bạc hồi đó to lắm chứ ít sao.

- Bần tiện.

- Ừ, bần tiện đấy. Cấm ra khỏi nhà luôn.

Tôi la lên:

- Đã vậy tôi đi cho anh coi. Tôi đi đánh bạc.

- Ngu bỏ xừ đâu biết đánh bạc. Lấy phải con vợ ngu không biết đánh bạc kể cũng buồn thật.

- Anh thách tôi đấy hả? Học cái gì chứ học đánh bạc đâu có khó. Tôi thông minh lắm chỉ coi sơ qua tôi biết đánh liền.

- Tiền đâu mà đánh bạc.

- Tôi bán nhà bán cửa, bán luôn cả anh, tôi đi đánh bạc. Coi con nào, mụ nào ưng anh hai triệu tôi bán đứt luôn.

Chàng tưởng bở, ngớ ngẩn hỏi:

- Thiệt không?

- Thiệt đó chứ. Tôi bán cho nó luôn nhưng khi lấy tiền rồi tôi… đòi anh lại, và tôi mà bắt gặp anh cặp kè với nó tôi… bắn cả hai.

- Thế là lường gạt người ta.

- Anh bênh nó hả.

- Bênh thì không bênh nhưng tôi không ưa người lường gạt.

Ấy đại khái những cuộc nói chuyện trong nhà tôi là như vậy. Đời sống trong gia đình vẫn êm đềm trôi. Chàng lúc nào cũng vẫn phây phây, tôi lúc nào cũng phải lo tương lai lũ con. Thấy tôi lo lắng quá, các bác ai cũng khuyên can. Chú Hòe thì gạt tôi một lần. Chú nói:

- Chị muốn đi thầu không?

Tôi chồm lên mừng rỡ:

- Thầu gì? Chú giới thiệu tôi nghe?

Chú Hòe gật đầu cười:

- Để em giới thiệu cho chị một dịch vụ thầu giặt quần áo.

Tôi sáng mắt chờ đợi chú nói tiếp. Tôi chắc mẩm phen này mình sẽ kiếm ra nhiều tiền. Chú Hòe tiếp:

- Nhưng lãnh thầu giặt ủi hơi mệt đó chị.

Tôi hăng hái:

- Dĩ nhiên là vất vả rồi, nhưng tôi làm được mà. Kiếm tiền để dành sau này cho các cháu ăn học, chú cứ để cho anh chú... lông bông chẳng lo làm ăn gì khác có ngày đói cả lũ.

Chú Hòe vẫn chỉ cười. Tôi nóng ruột:

- Ở đâu? Chắc căn cứ Mỹ nào đó hả. Chú làm trại trưởng chắc quen nhiều lắm.

Chú Hòe vẫn ỡm ờ:

- Nhưng sợ anh không bằng lòng cho chị đi thầu.

Tôi bĩu môi:

- Còn lâu, ảnh không lo làm giàu thì phải để cho tôi chứ. Bắt nghèo hoài sao?

Sẵn chàng ngồi hút thuốc bên cạnh, tôi lay lay ông địa hỏi:

- Anh bằng lòng cho em đi thầu giặt quần áo chứ?

Chàng thản nhiên gật đầu. Tôi quay sang chú Hòe:

- Đó thấy chưa, chú giới thiệu cho tôi nghe. Anh cũng bằng lòng rồi mà.

Chú Hòe đủng đỉnh chỉ lũ con tôi đang lê la khắp nhà:

- Đó chị thầu giặt ủi cho tụi nhỏ đó.

Tôi vùng vằng đứng lên:

- Tôi thèm vào nói chuyện anh em với nhà chú nữa.

Thế là một áp phe hụt. Và có lẽ tôi chỉ gặp toàn là những áp phe kiểu ấy mà thôi.

Riêng chàng nghe chuyện đó lấy làm thích thú lắm.

Chàng vồn vã:

- Phải đó. Em lãnh thầu giặt ủi quần áo của anh và lũ trẻ được đó. Áp phe vô rồi tha hồ mà làm giàu.

Tôi vùng vằng:

- Tôi không thèm. Tôi không hơi đâu làm mọi đủ thứ. Quần áo của anh đưa đi tiệm. Quần áo của lũ trẻ anh phải giặt cho chúng.

- Thế em chê à? Như vậy từ nay đừng có đòi đi thầu nữa nhé.

- Đừng có nói chọc tôi.

Tôi luôn luôn lo lắng cho gia đình, còn họ, họ không giúp tôi còn phá tôi nữa. Lúc nào họ cũng như đợi tôi làm ăn thất bại để reo mừng. Thỉnh thoảng ngồi buồn chàng lại cười hô hố:

- Lấy lại được tiền chưa?

- Chưa.

- Vui nhỉ.

Chọc tôi như thế có tức không? Sửa căn nhà xong mắc một món nợ như vậy tôi với chàng bàn nhau kế hoạch giải quyết. Tôi đưa ra hai ý kiến, một là tổ chức ăn tân gia hai là… bán nhà.

Chàng đồng ý cả hai. Các con tôi cũng tỏ vẻ thích cả hai cách đó.

Người thâu tiền điện đến bấm chuông, mấy

đứa con tôi đang chơi ở sân thấy có người lạ chúng ùa chạy vào vui mừng kêu tôi ầm ĩ:

- Má, má ôi, có người đến mua nhà!

Tôi thấy chúng nó báo tin có người mua nhà một cách mừng rỡ như vậy rất lấy làm nản. Không lẽ lũ con mình thích những chuyện xuống dốc cả sao. Tôi ngó ra thấy người thâu tiền điện. Một người thâu tiền điện mà con tôi mừng rỡ tưởng người ta đến mua nhà mình. Những đứa con đó chỉ có giống chàng chứ đâu có giống tôi. Con tôi là phải ao ước mua thêm nhiều nhà nữa. Tôi trách chàng:

- Anh coi con anh đó, chúng toàn mừng những cái mạt không thôi.

Chàng bênh con:

- Tại em đưa ý kiến bán nhà, chúng tưởng bán nhà là hay lắm và chúng phải mừng khi ý định của mẹ chúng gần thành chứ.

Tôi la lên:

- Từ nay không ai được nói đến chuyện bán nhà nữa.

Khổ một cái là nhà số 8 bên cạnh đã bán cho chủ khác, các con tôi thấy tấm các tông sơn đẹp đề hàng chữ "nhà bán hỏi tại đây" chúng bèn đem về nhà. Chàng cũng khoái tấm bảng đó, chàng khen nước sơn bóng chữ đẹp, mầu nổi... và cha con chàng không chịu vứt tấm bảng đó đi. Thỉnh thoảng họ còn đem treo ra trước nhà khiến tôi cứ phải ra giá khi có người tới hỏi mua. Tôi tự nghĩ trong nhà mình toàn những người có ý tưởng đi xuống như vậy làm sao khá được. Tôi bèn hét lên:

- Vứt ngay tấm bảng đó đi.

- Tấm bảng đẹp thế nỡ lòng nào vứt đi.

- Nhưng tôi không chịu được cái trù ẻo của bố con anh.

- Sao tại trù ẻo. Bán nhà nhỏ để mua nhà lớn hơn không thích sao.

Tôi nghe ra cũng có lý nên không cự nự. Và bố con chàng hôm nào rảnh rỗi lại đem tấm bảng "nhà bán, hỏi tại đây", ra treo trước cửa.

Sau tôi mới khám phá ra là trò chơi của bố con họ. Tấm bảng treo ngoài cổng rồi mấy bố con chàng bèn ngồi rình từng người đi qua.

Có ai đứng lại đọc hàng chữ rao bán và ngắm nghía căn nhà cha con chàng theo dõi hồi hộp lắm. Khi có người bấm chuông chàng bèn lật đật xúi lũ con:

- Rồi. Có người bị lừa. Tụi bay vào kêu má mày ra nói giá cao đi. Thế là lũ trẻ lại túa vào kêu tôi ầm ĩ.

- Má à. Có người mua nhà.

Tuy trong thâm tâm tôi không định bán nhà nhưng cũng không dám nói là nhà không bán, lỡ họ chửi cho thì sao. Vì thế tôi đành phải ra nói đại một cái giá thật đắt. Khổ một nỗi là có người thấy đắt quá rút lui ngay nhưng cũng có người đòi xem nhà. Cửa phải mở ra họ vào coi, xong rồi gật gù khen rẻ. Tôi tưởng họ mua thật đâm lo. Tuy nhiên nếu căn nhà bán được giá đó tôi cũng mừng. Người mua khen rẻ xong thì chê nhà... dài quá không tiện cho gia đình họ. Họ rất tiếc. Khi người khách ra rồi tôi lại hét lên:

- Bố con anh bỏ cái trò chơi này đi. Mệt quá.

Chàng thật thà:

- Chứ ngày nghỉ biết làm gì cho biết thời giờ. Hay mình đi coi chiếu bóng.

- Đi đâu thì đi chứ ở nhà bố con anh chơi trò bán nhà này chỉ khổ cái thân tôi.

Hết trò bán nhà đến trò ăn tân gia. Nhà sửa xong cả mấy tháng thế mà chương trình ăn tân gia vẫn còn là dự định. Tôi hỏi.

- Nếu ăn tân gia mình mời những ai?

Chàng cười:

- Mời những người nào mà khả năng của họ có thể mừng mình những món đáng giá. Anh nghĩ trong thiệp mời phải ghi rõ giá tối thiểu của đồ mừng là một trăm ngàn.

- Nhưng gửi cho ai chứ?

Vấn đề đến đây thì nghẹn họng. Tôi bèn trách chàng không làm lớn. Chàng chặc lưỡi:

- Ừ nhỉ. Giá anh được làm cái chức gì lớn lớn bên quận 5 thì mời người Tầu họ mừng nặng lắm.

Tôi tiếc rẻ:

- Biết vậy sao anh không chịu đi làm lớn.

- Anh không thấy ai mời cả.

- Muốn đi làm lớn anh phải vận động chứ ngồi đó muôn đời cũng không có ai "nỡ lòng" mời anh.

- Muốn làm lớn phải vận động cô à. Anh tưởng họ nghe anh có tài họ phải mời chứ.

- Làm lớn đâu cần có tài. Anh không đi vận động xin xỏ sức mấy họ cho anh làm.

Chàng buồn rầu:

- Thế thì dẹp cái vụ ăn tân gia đi vậy.

- Sao thế.

- Lỗ vốn là cái chắc. Anh chịu không làm lớn được đâu.

Tôi phàn nàn:

- Anh chẳng được tích sự gì cả. Nếu anh biết cách làm lớn tôi sẽ còn nhiều tài tổ chức nữa không phải chỉ ăn tân gia.

- Em sẽ tổ chức gì.

- Một năm hai lần sinh nhật của anh và tôi, bẩy lần sinh nhật của các con, một lần thượng thọ của bà ngoại, một lần kỷ niệm ngày cưới của chúng mình, anh phải biết chứ bao nhiêu lần mời ăn tiệc trong một năm, nhà mình cũng sẽ tràn ngập tiền bạc và bảo vật của họ mừng.

Chàng vui vẻ:

- Thích nhỉ.

- Chứ sao? Có nhiều đồ mừng không thích sao được. Anh phải biết nhé người Tầu họ còn biếu trung thu nhân hột xoàn to bằng ngón chân cái.

- Bánh trung thu nhân hột xoàn ăn sao được. Gẫy răng mất chứ.

- Gẫy răng… cũng được. Gẫy răng mà được cái hột xoàn giá mấy triệu thì em bằng lòng cho gẫy cả hai mươi bốn cái răng. Em làm răng khác lo gì.

Chàng lắc đầu:

- Gớm! Răng giả xấu lắm. Chê. Cô làm răng giả tôi bỏ cô luôn.

- Nhưng cổ tôi, tay tôi, tai tôi, chân tôi đeo toàn hột xoàn kim cương.

- Cũng chê. Răng giả là chê rồi. Vứt đi hết.

- Anh làm tàng vừa chứ. Nếu ngày xưa lấy tôi có hai hàm răng giả mà anh không biết khi cưới rồi anh tính sao.

- Cưới rồi cũng bỏ. Coi như… mất tiền toi.

Tôi la tống lên:

- Lại kể lể mất tiền. Anh đừng có ngoan cố. Cứ làm như anh giầu có lắm cưới tôi như mua con hầu, con ở.

Chàng cười hà hà rồi nhắc lại vụ bánh nhân hột xoàn.

- Em nghe ai nói mà biết bánh nhân hột xoàn.

- Tôi có người bạn gái, chồng nó làm lớn bên vùng đó; mấy đứa con nó đều bị dập ngón chân cái.

- Sao vậy? Sao lại chỉ dập ngón chân cái.

- Con bạn em nó kể lại rằng vì nhà nó được biếu

bánh trung thu, mấy con nó xúm lại mỗi đứa cầm một cái định ăn chẳng may bánh nặng quá chúng không cầm nổi rớt xuống ngón chân cái dập đốt xông hết cả lũ.

Chàng nhìn tôi:

- Hồi này em kể chuyện ngộ nghĩnh có duyên nhỉ.

- Tôi kể như vậy cho anh nghe để anh lo làm sao được như người ta thì lo.

Chàng xua tay lắc đầu:

- Thôi, thôi, tôi không muốn vợ tôi gẫy răng, và con tôi bị dập ngón chân vì bánh biếu.

- Anh dở lắm! Tôi đã biết bánh có… cạm bẫy như thế tôi đâu có dại đưa lên miệng cắn hoặc là để cho các con nó cầm.

Rồi tôi ghé sát tai chàng thì thầm:

- Nếu anh làm lớn và được biếu bánh tôi sẽ đem bánh đó vào phòng ngủ bổ ra tìm nhân hột xoàn cất đi chứ.

Chàng lại ngớ ngẩn:

- Mà có thực trên đời này có loại bánh nhân đặc biệt đó không?

- Có chắc đi chứ. Không tin anh thử làm lớn coi.

Chàng gật gù và dọa sẽ làm lớn cho tôi coi.

*

Những ngày cuối mùa hạ sang mùa thu ở Saigon năm nay trời thường mưa về buổi chiều.

Các con tôi đứa nào đứa nay đã đen thui vì mấy tháng hè đi tắm. Chàng cũng vậy. Cả nhà chỉ còn tôi và bé Vịt là hãy còn... quí phái. Các con tôi cũng đã biết bơi. Chúng khoe tùm lum về cái thành tích đó.

Trừ Linh học trường công, mấy đứa nhỏ đều nhập học. Nghỉ hè ở trường tư sớm hơn và ngắn hơn ở trường công. Linh mới bắt đầu nghỉ từ mười lăm tháng sáu thì bọn Thái đã đi học sau đó ngày một tháng bảy.

Năm nay bé Bự cũng đã đến trường. Cô ả học mẫu giáo do soeur dạy, lớp của Hiền năm ngoái.

Tôi và chàng phải đưa nó đến tận lớp, gửi gắm soeur và giới thiệu là em của Hiền. Do đó cô ả mến soeur ngay.

Đến khi nhà trường sắp xếp lại các lớp, soeur đem Hiền sang lớp khác, con Bự khóc òa lên đòi đi theo. Thế là soeur phải can thiệp cho nó sang lớp soeur luôn.

Tiến triển đầu của tiên của cô gái cưng là mỗi khi học về nó khoanh tay thưa bà cháu đi học về, thưa bà con đi học về, thưa má con đi học về.

Cả nhà hể hả. Tôi rất bằng lòng. Nhưng chỉ được có thế. Quyển sách học vở lòng của bé Bự gần nhầu nát mà bài đầu ba ngày mới thuộc, bài hai cũng ba ngày. Đi học cả gần tháng mới nhớ được ba bốn chữ. Trang nào soeur cũng ghi hai ba lần hàng chữ "học lại". Hỏi con nhỏ nó phụng phịu mét đứa này đánh con, đứa kia đánh con. Cô ả còn khoe:

- Ở trong lớp con nhức đầu.

Chàng hỏi:

- Rồi sao?

- Con thưa với soeur gọi con lên ngồi bên cạnh soeur, soeur bảo con gục đầu vào cánh tay soeur ngủ đi.

- Thế con có ngủ không.

- Có.

Chàng nhìn tôi lắc đầu:

- Y như cô hồi nhỏ. Học hành mẹ gì. Tôi nói thật, mấy cái lớp này chỉ có các soeur mới dạy nổi, tôi ai trả ba chục ngàn chắc cũng không dám nhận.

Tôi bị chàng chọc giận bất ngờ bèn cự lại:

- Sao vụ gì anh cũng móc tôi vào mà xỉ vả vậy?

- Thì nó dốt giống cô bộ không đúng sao?

- Thôi.

Đầu niên học chúng tôi tốn khá nhiều tiền sắm sửa cho lũ trẻ. Tiền quần áo, tiền sách vở, bút mực. Sáu đứa đi học chứ ít sao?

Chàng có vẻ bằng lòng lắm, chàng nói:

Tốn tiền một tí nhưng thấy cô gái cưng mỗi ngày thưa gửi "thưa má con đi học về" mà không sướng sao.

- Anh lo mà trả tiền học cho chúng nó. Tiền anh đưa tôi chỉ để đi chợ. Các món khác như tiền học, tiền điện, nước anh phải lãnh.

- Làm bao nhiêu tiền nộp cả cho cô còn đâu mà tôi chi về những việc đó.

- Kệ anh chứ. Anh ráng mà kiếm thêm.

- Thất họng chưa?

Các con tôi đều đi học buổi sáng, vì thế ở nhà tôi chỉ còn con Vịt quanh quẩn bên mình. Nhiều lúc cảm thấy nhà cửa vắng hoe.

Ông thầy kèm cho mấy đứa buổi tối bị đau nên nghỉ. Chàng phải làm thế vào công việc đó. Tối đến chàng quát lũ con trả bài. Bố con họ cứ làm ồn cả nhà cửa. Đứa thì chưa học, đứa thì không thuộc, đứa thì vác bài toán ra đứng chờ bố giảng cho. Chàng than:

- Nghề của tôi đâu phải dạy học. Tự nhiên tôi phải lãnh vụ này mệt quá. Con gái gì đứa nào cũng ngu dốt tối tăm giống mẹ nó cả. Mệt quá.

- Đừng có xỉ nhục tôi. Không ai muốn làm nghề dạy dỗ cả. Nhưng bổn phận làm bố là phải biết nhiều nghề. Phải biết cách dạy dỗ con cái. Dạy mà không được cáu.

Tuy vậy lũ con tôi tương đối cũng dễ bảo nhưng phải lựa tính tình từng đứa. Tôi đã nhiều lần chỉ cho chàng vấn đề tâm lý đó. Có đứa ưa ngọt, có đứa cần phải nạt nó mới học. Chẳng hạn cu Linh mà nói lớn nó rớm rớm nước mắt khóc ngay, không còn nghe thấy gì nữa.

Nhưng mà chàng không có bình tĩnh được. Bọn trẻ hơi một chút sai lầm chàng quát ngay. Kết quả bố dạy con thật là… dở ẹt.

Một hôm con Bự khoe ầm lên:

- Bố à, con có một thằng bạn.

Chàng trợn mắt, tôi phì cười:

- Rồi một tuần lễ chưa học được một chữ nào mà đã "bố ơi con có một thằng bạn trai". Mười năm nữa con anh cũng ngây thơ oang oang cái miệng như vậy là kể như bố liệu mà lo.

Chàng bế con Bự vào lòng hỏi:

- Thằng đó ngồi bên cạnh con à?

- Nó ngồi bàn dưới nhưng nó chơi với con.

- Nó cho con cái gì không?

- Nó cho con kẹo.

Tôi la lên:

- Chết cha chưa.

Con Bự oang oang:

- Con có hai thằng bạn cơ.

Nói xong nó giơ hai ngón tay lên xác định.

Tôi chọc chàng:

- Cô con gái cưng khoe có một thằng bạn bố đã tản thần rồi, bây giờ lại khoe những hai thằng bạn, bố tính sao.

Chàng mắng tôi:

- Đừng có tán nhảm con nó còn nhỏ dại không nên đem ra làm câu chuyện đùa.

- Anh thử tưởng tượng trước đi, đến năm mười sáu nó phát ngôn như vậy anh nghĩ sao.

- Lúc đó sẽ tính.

Chàng quay sang hỏi con Bự:

- Thế con có cho nó cái gì không?

- Con cho nó bánh mì.

- Ở đâu ra có bánh mì mà cho nó.

Khang mách:

- Sáng con Bự ăn không hết bánh mì nó bỏ cặp đem đi học cho thằng bạn nó.

Tôi lại trêu chàng:

- Rồi, mới bé bấy nhiêu đã đem của cho bạn trai.

Chàng quát tôi:

- Tầm bậy nào.

Nhưng hôm sau con Bự đã lại mách:

- Thằng bạn con nó đánh con.

Chàng mừng rỡ:

- Thôi thì đừng chơi với nó nữa.

Các con tôi hơi bối rối lúc đầu niên học vì chưa

thích nghi với lớp mới.

Nhưng một tuần lễ sau thì đâu đã vào đó. Bài vở chúng làm trôi chảy. Bài học khá thuộc. Đứa nào cũng được chín, mười điểm hàng ngày. Một hôm cu Thái đề nghị với bố:

- Mỗi sáng bố đưa con đi học theo đường Tô Hiến Thành, Nguyễn văn Thoại nghe.

Chàng hỏi:

- Có gì không?

Thái đáp:

- Không.

Linh tố cáo ngay:

- Thái nó bảo hôm nào bố đưa nó đi Nguyễn văn Thoại hôm nó được mười điểm. Còn hôm nào bố đi lối cư xá Chí Hòa nó chỉ được có chín.

Chàng đương ăn cơm buông bát đũa:

- Trời đất. Đi học mà bây giờ chúng nó cũng tin dị đoan nữa. Quả là con của mẹ giống mẹ y chang.

Bị chàng phang bất ngờ. Tôi phản công lại ngay:

- Nó có nói với tôi hồi chiều rồi. Nó nói ngày nào nó cũng thuộc bài nhưng bố đưa đi lối cư xá Chí Hòa là nó chỉ được Soeur cho chín điểm. Anh biết sao không?

- Không.

- Tại lối đó qua nhà "con mèo" của anh. Anh ham đi qua nhà mụ ta để đôi tim hòa nhịp, nhưng anh có biết đâu là chuyện xấu xa đó nó ám vào các con tôi khiến nó bị xui xẻo, Soeur cho nó có chín điểm.

Chàng cáu quá bảo Thái:

- Ngày mai con đừng thuộc bài thử xem không đi lối Nguyễn văn Thoại con có được mười điểm không?

Khang góp chuyện:

- Không thuộc bài ốc rô to tướng.

Thái bẽn lẽn:

- Bố đưa đi lối nào cũng được.

Từ hôm đó hễ sáng nào có tôi quá giang trên xe ra chợ, chàng lại bày đặt không đi ngang qua cư xá

Chí Hòa. Chàng nói với mấy đứa con:

Hôm nào không có má mày đi theo ba mới đi ngang lối đó hôm nào có má mày bám đuôi, ba đi lối Nguyễn văn Thoại cho an toàn trên xa lộ.

Sáng ra chàng ngủ rất trễ, gần đến giờ đưa các con đi học chàng mới hộc tốc nhỏm dậy rửa mặt đánh răng, xong mặc quần áo lên xe ngay.

Có bữa chàng không kịp uống cà phê. Một đứa con phải bưng ly cà phê theo xe. Khi nào xe bị ngừng lại chàng uống một miếng. Vất vả thế. Tuy vậy phần nhiều sáng nào đến trường, học trò cũng đã đang sắp hàng vào lớp. Ít khi các con tôi được đưa tới trường sớm.

Nói chung lũ nhỏ cũng chăm chỉ. Cần hướng dẫn, và kiểm soát là chúng học hành đầy đủ. Thái, Tuân và Linh học bài lâu thuộc vì chúng hay lo ra. Khang, Hiền thông minh hơn, chúng học bài rất chóng thuộc nhưng phải thúc đẩy. Khang lại ngọng nên dù thuộc bài Soeur cũng chỉ cho chín điểm. Cu cậu hiếm được mười vì lẽ đó.

Tôi có tật cần thật yên tĩnh mới ngủ được. Vì thế trong phòng có một con muỗi vo ve cũng làm tôi khó chịu. Nhà đã làm cửa lưới. Nhưng thỉnh thoảng muỗi vẫn có. Cái chuyện đánh muỗi này cũng lắm rắc rối. Mỗi khi tôi phát giác ra có con muỗi tôi rượt theo đập nó bẹp dí ngay. Nhưng còn chàng, quả là chàng vô tích sự. Chàng mà đánh được một con muỗi thì đó đã là một kỳ công, và sẽ vô cùng tốn kém. Hộp thuốc xịt muỗi tôi mua về để xài nhín nhín. Bởi vì nó đắt lắm. Một ngày lương của chàng chỉ mua được hai hộp thuốc muỗi. Thế nên thường tôi phải giấu đi. Nhưng nếu chàng hoặc các con tôi kiếm ra được, họ xịt một hồi hết ngay. Tôi đã chứng kiến cảnh bố con chàng cầm hộp thuốc xịt muỗi bao vây rượt đuổi một con muỗi, xịt tùm lum đầy nhà, mấy bố con bị sặc thuốc, ho sặc sụa phải lấy khăn bịt mặt trông như hiệp sĩ Zorro. Nhưng cuộc truy kích tốn kém đó cũng không giết nổi một con muỗi.

Tôi thấy vậy la lên:

- Ngừng tay. Hết cả hộp thuốc của tôi rồi.

Chàng ngừng tay lột khăn ra như hiệp sĩ đến hồi lộ diện trước người đẹp. Chàng nói:

- Trong phòng có muỗi.

- Nhiều không?

- Một con.

- Nó chết chưa?

- Rồi.

Tôi chỉ tay lên trần nhà.

- Có một con hả? Thế thì nó chưa chết. Nó còn đang bay lởn vởn trên cao kia kìa.

Lúc đó chàng nhìn lên mới thấy là chưa thành công.

Chàng vớ hộp thuốc xịt muỗi thét các con:

- Tụi bay ra khiêng cái thang vào đây cho bố.

Tôi vội vàng lấy hộp thuốc xịt muỗi trên tay chàng. Nếu không tôi sẽ tốn thêm thuốc muỗi nữa, và không chừng còn có kẻ té từ trên thang xuống cũng nên.

Trong trường hợp có ông chồng chuyên điều khiển chiến tranh chống muỗi theo kiểu nước Hoa Kỳ vĩ đại như vậy, không hiểu quí bà khác phản ứng ra sao, chứ riêng tôi, tôi đang cúp ngân khoản mua thuốc xịt muỗi cho tiện việc quốc gia.

Không mua thuốc muỗi thì phải xịt muỗi bằng các phương tiện cơ hữu trong nhà. Nghĩa là đánh bằng tay hay quạt. Một hôm vợ chồng con cái chúng tôi đang nằm nói chuyện gẫu, chợt tôi thấy có con muỗi bay vo ve, tôi la lên:

- Có con muỗi trong nhà kìa anh.

Chàng vẫn nằm ườn ra:

- Hết thuốc xịt muỗi rồi.

- Thì đánh bằng tay.

Chàng uể oải nhưng vẫn nằm yên, tôi tính ngồi dậy làm gương thì chàng cản lại.

- Để tôi đánh cho.

- Nằm ườn thế mà đánh gì được.

Chàng bảo lũ con:

- Tụi bây để ý cho bố, hễ thấy con muỗi chỉ bố đánh.

Thế là đàn con châu châu những cặp mắt nhỏ tròn vo nhìn lên cao. Chàng chỉ việc tỉnh bơ nằm hút thuốc. Các đài ra đa tí hon tìm kiếm một hồi bèn có đứa phát giác con muỗi. Khang nhổm lên chỉ chỏ:

- Đó, nó đó bố.

Chàng vớ cái gối liệng mạnh về phía Khang chỉ điểm, kết quả không thấy con muỗi bị hạ, chỉ có cái gạt tàn thuốc trên bàn rơi xuống đất vỡ tan tành. Tôi thở dài ngao ngán. Chàng nói chữa:

- Nó có chết không?

Rồi chàng và lũ con bị lổm ngổm trên nền nhà tìm xác con muỗi, tôi chịu hết nổi la lên:

- Thôi, đừng giả bộ tìm kiếm nữa. Con muỗi đây này.

Tôi nói và quơ hai bàn tay đập cái bốp vào nhau, con muỗi chết bẹp dí trong lòng bàn tay tôi. Máu đỏ nhoét ra.

Đã vậy chàng còn kể công:

- Nhờ anh dồn nó về phía em nên em mới đánh được.

Tôi gật gù:

- Phải. Nhờ anh cái gạt tàn thuốc mới bể.

Chàng chặc lưỡi:

- Cần gì. Cái gạt tàn đó người ta cho mình đâu tốn tiền mua. Từ nay anh dùng hộp sữa guigoz có nắp đậy, đựng tàn thuốc, lại tiện lợi và vệ sinh. Lịch sử cái gạt tàn thuốc bằng lon sữa guigoz là như vậy.

Tôi rút kinh nghiệm đó, nên lại đành mua hộp thuốc xịt muỗi về nhà xài. Nhưng tôi tự đảm trách lấy công việc trừ muỗi không nhờ bố con chàng nữa. Tôi bỏ những hộp thuốc xịt muỗi vào trong tủ riêng khóa lại. Tôi phải giữ những thứ trời ôi đất hỡi đó như giữ tư trang của mình vậy. Thế mà chàng trách tôi. Mỗi lần có con muỗi bay vo ve, tôi lấy chìa khóa mở tủ, moi ra một hộp thuốc muỗi, khóa tủ lại (vì bên trong đó còn mấy hộp dự trữ nữa). Tôi giắt chìa khóa vào cạp quần rồi mới cẩn thận đi tìm con muỗi. Khi nào con muỗi rõ ràng ngay trước mặt, mục tiêu thật ngon ơ tôi mới sử dụng đến hộp thuốc muỗi. Tôi nhắm thật trúng nó, xịt cái một. Chỉ xịt cái một thôi rồi ngắt ngay, không có phun triền miên như bố con họ. Tôi xịt muỗi chỉ tốn một tí thuốc nhưng hiệu quả đạt được rất tối đa.

Con muỗi chết rồi, tôi cất hộp thuốc vào tủ khóa lại cẩn thận xong ngồi... thở. tất cả những cử chỉ của tôi từ đầu đến cuối đều bị những con mắt của chàng và lũ trẻ nhìn chòng chọc. Chắc họ đang coi tôi là một kỳ quan vũ trụ. Lũ trẻ có vẻ thèm được nghịch hộp thuốc xịt muỗi lắm. Còn chàng, chàng sẽ lại nói móc tôi vài câu.

Chẳng hạn chàng mỉa mai:

- Em coi lại xem tủ khóa kỹ chưa? Vặn chìa khóa đủ hai vòng chưa? Đã lay lay cánh tủ thử chưa?

Tôi đã quen với cái lối đánh du kích đó của chàng nên phản công ngay:

- Rồi. Khóa chắc lắm rồi.

- Em giắt chìa khóa vào cạp quần chưa?

Tôi vỗ vào bụng:

- Cũng rồi nữa. "Xuya" lắm!

Thấy tôi tỉnh bơ như vậy chàng cáu lắm bèn xoay ra cự nự:

- Nghĩ mà tội cho mấy đứa con nhà mình. Chẳng được tự do chơi đùa gì cả. Mấy đứa trẻ trên nhà bác của anh, thấy chúng nó thường mỗi đứa một cái mặt nạ, mỗi đứa một hai hộp thuốc xịt muỗi trên tay, chúng rượt nhau cùng khắp nhà, xịt thuốc muỗi vào nhau. Căn nhà như bốc khói vì thuốc muỗi! Vậy mà bác ấy có la rầy cấm đoán tụi nó đâu.

Nghe chàng thản nhiên phàn nàn như vậy tôi thiếu điều lòi con ngươi ra ngoài vì bất ngờ. Tôi la nhỏ:

- Bộ anh thích cho con anh nghịch tai quái như vậy sao? Anh cho nghịch ngợm như thế này đáng khuyến khích sao?

Chàng chắc lưỡi:

- Ai khuyến khích, ai muốn chúng nghịch như thế, nhưng cũng nên để các con nó tự nhiên một chút. Ai đời hộp thuốc xịt muỗi mà cũng cất vào tủ khóa trái, như giữ kim cương hột xoàn không bằng.

- Anh muốn tôi để cho các con nó phá hả.

Chàng chối:

- Không để cho chúng nó phá, nhưng cũng nên cho chúng nó đùa nghịch nếu chúng muốn.

Tôi la lên:

- Tôi không chấp nhận quan niệm đó của anh được, không có tiền mua sắm không có tiền đưa chúng đi khám mắt…

Thấy tôi làm dữ chàng đấu dịu:

- Không bằng lòng thì thôi, chứ làm gì mà la ầm lên vậy.

Tôi cố nín cười:

- Anh đừng có đầu nêu cho chúng nó, đừng có vẽ đường cho hươu chạy. Con cái là phải tập vào khuôn khổ.

Ngồi nghe từ đầu đến cuối bố tranh đấu đòi quyền lợi cho chúng, bọn trẻ thấy rõ là bố thất thế, một đứa bèn đề nghị:

- Hay là tụi con chơi trò xịt nước cũng được bố ạ.

Tôi quắc mắc với thằng nhỏ:

- Xịt nước cũng không được phép, cấm luôn, nhà cửa dơ bẩn ai mà lau cho xuể.

Chàng lại bênh chúng.

- Mấy đứa đem ra ngoài sân mà nghịch.

- Ướt quần bẩn áo, không được, cấm luôn.

Bị cấm hết thảy, lũ trẻ buồn so. Còn chàng quát lớn:

- Đứa nào lấy cho ba… bao thuốc lá!

Lũ trẻ ào à tranh nhau phục vụ bố.

Chàng châm thuốc hút nói trống không:

- Hút điếu thuốc cho đỡ tức.

Tôi nín cười:

- Tức thì ráng chịu.

Cũng vì tính tôi khó ngủ nên chàng có hơi vất vả vì tôi. Đang đêm chàng đang ngủ bị tôi lay thức dậy:

- Trong phòng lại có muỗi anh.

- Ừ.

- Anh dậy bật đèn lên bắt nó cho em.

- Ừ.

Chàng ừ nhưng vẫn nằm ngủ. Tôi nằm nghĩ ngợi một lát. Biết rằng mình không ngủ được nên chẳng tội gì để cho chàng ngủ ngon thế kia. Tôi lại lay nữa. Chàng càu nhàu.

- Để mai đánh con muỗi không được sao?

- Không. Muỗi là loài côn trùng có cánh rất nguy hiểm. Nó có thể mang rất nhiều loại siêu vi trùng truyền bệnh. Quyết định ta phải tận diệt loài muỗi. Bài học của các con nó vẫn học rang rảng thế anh không nghe sao?

Chàng đã ngủ lại lúc nào. Tôi cáu quá lồm cồm bò dậy bật cái đèn trong phòng sáng trưng.

Đèn sáng, tôi lay chàng nữa. Hỏi chứ sức mấy mà ngủ nổi. Cuối cùng chàng đành phải càu nhàu ngồi dậy. Tôi thấy chàng ngái ngủ, ôm gối loạng choạng đi qua đi lại trong phòng. Tôi sợ chàng ra ghế ngủ ngồi mất công gọi nữa. Tôi la to:

- Đó, con muỗi đang bay về phía trước anh đó, chàng dừng lại mở mắt tìm muỗi. Thế là tôi và chàng cùng bắt đầu tìm kiếm. Nhưng tìm mãi chẳng thấy con muỗi nào trong phòng. Chính tôi cũng tìm không ra. Lúc nãy tôi nghe có tiếng vo ve. Bây giờ tìm không thấy, tôi cũng đâm nghi ngờ tai mình. Chàng hỏi:

- Muỗi đâu?

- Em nghe rõ ràng có tiếng vo ve mà.

- Tiếng muỗi bay như thế nào.

- Thì kêu vo ve.

- Coi chừng em nghe lộn với tiếng máy bay phản lực cất cánh từ Tân Sơn Nhất.

Tôi chột dạ. Dám mình nghe lộn lắm. Tôi lặng thinh. Chàng ngồi phịch xuống chiếc ghế ôm đầu đau khổ.

Tôi hỏi một câu thật ngớ ngẩn:

- Thế máy bay phản lực nghe nó cũng vo ve như muỗi kêu à?

- Ừ.

- Nhưng phản lực của... Mỹ hay của Nga?

Chàng gắt:

- Anh đã nghe máy bay Nga bay ra sao đâu mà hỏi vớ vẩn.

Tôi lặng thinh. Chàng lấy thuốc châm hút:

- Ngày mai biết bao công việc phải làm, đêm lại mất ngủ. Thật nản.

Tôi cãi cù nhầy:

- Việc gì mà mất ngủ. Thức đánh muỗi xong lại ngủ tiếp chứ có gì đâu.

- Dễ ngủ lắm đó. Giấc ngủ bị phá ngang là kể như mất luôn.

Tôi hối chàng:

- Thì thôi, xin lỗi vậy. Lên giường nằm đi.

Chàng lục tục trèo lên giường. Tôi với tay tắt đèn nơi đầu giường. Còn một ngọn đèn nữa bật lúc nãy, phải xuống giường ra chỗ cửa sổ mới tắt được.

Tôi nói:

- Quên chưa tắt đèn néon, anh chịu khó dậy tắt.

Chàng nằm yên nhắm mắt thở dài. Tôi lại giục:

- Chưa ngủ thì dậy tắt đèn đã, kẻo lát nữa buồn ngủ lại gọi không được.

- Mệt quá.

- Anh không có... nghị lực gì hết.

- Ừ. Anh không có nghị lực. Em có nghị lực thử xem sao.

- Tôi cũng mệt.

- Vậy thì để nguyên đèn sáng ngủ cũng được.

Tôi giẫy lên:

- Đèn sáng chói mắt làm sao ngủ.

Chàng lầu bầu:

- Tắt đèn tối thui có ma đó.

Tôi co dúm người lại. Tôi lay lay chàng:

- Đã vậy anh không được ngủ nữa. Anh phải thức mà canh chừng cho tôi ngủ.

Chàng cáu:

- Có để cho tôi chợp mắt một lát ngày mai còn đi làm chớ.

- Nhưng chưa tắt đèn.

Chàng đành lồm cồm bò dậy bước xuống giường đi tắt đèn. Trong bóng tối chàng lần mò trở về giường còn cằn nhằn:

- Biết lấy vợ mà khổ thế này, bố bảo tôi cũng chịu. Hồi tôi còn đi học, tắt đèn hay để đèn tôi cũng vẫn ngủ ngon được như thường.

- Bây giờ hối hận hả.

- Ừ.

- Thì bỏ đi.

- Mai bỏ.

- Bỏ ngay bây giờ cũng được.

- Đã bảo để ngày mai tôi sẽ bỏ cô. Phải giải quyết công việc trong giờ làm việc ấn định chứ.

Rồi chàng nằm ôm gối quay mặt vào tường ngủ. Tôi nằm hồi lâu tôi nghe chàng chép miệng thở dài. Tôi hỏi:

- Anh không ngủ được à?

- Còn hỏi nữa. Phá giấc ngủ của tôi còn giả bộ săn sóc gì.

Tôi thấy tội nghiệp chàng, tôi nhận lỗi về mình nhưng nói tránh:

- Tại cái máy bay phản lực ở Tân Sơn Nhất đấy chứ. Máy bay gì mà mình nằm xa mấy cây số nghe nó giống tiếng muỗi vo ve.

Chàng trở mình.

- Ngu như em mà nhắc lại chuyện đó. Phản lực Phantom của người ta lại nghe ra muỗi bay. Nói thế không sợ người ta cười cho.

- Có ai ở đây đâu mà sợ người ta cười.

- Chiến tranh ròng rã mấy chục năm nay mà cô vẫn dường như không biết có nó, đến nỗi tiếng máy bay vọng về cũng tưởng là tiếng muỗi vo ve.

- Ừ, tôi thế đấy, chiến tranh ban ngày thôi và ở ngoài, chứ không được ám ảnh tôi trong giấc ngủ, chiến tranh không được đột nhập vào phòng the.

- Đêm hôm khuya khoắt mà bắt tôi thức nghe

chuyện ấm ớ của cô thế này hả.

- Ai muốn ngủ cứ ngủ.

Chàng lại nằm yên. Tôi cảm thấy mình chưa thể ngủ được nên tìm cách phá.

- Từ ngày dọn về căn nhà này chưa thấy anh lén nấu mì ăn đêm.

Chàng hùng hổ:

- Việc gì tôi phải ăn lén. Với lại nhà đâu có mì dự trữ.

Tôi cười khúc khích bên cạnh sườn chàng:

- Ừ đúng đó. Tại em thấy mua về tốn tiền quá. Cha con anh ăn ào ào như tầm ăn rỗi. Một thùng mì mới mua, lúc coi đến chỉ còn thùng không.

- Tôi ăn được là phúc cho cô. Ít nữa tôi già không ăn được cô còn phải lạy tôi nữa.

- Còn lâu. Không ăn càng đỡ tốn.

- Cô ăn ở thất đức vừa vừa chứ.

Tôi cù vào nách chàng:

- Nói vậy chứ tôi mới mua một thùng mì.

Chàng hỏi dồn:

- Đâu. Mua bao giờ mà tôi không thấy.

- Có muốn ăn không?

Chàng ngập ngừng:

- Có.

- Tôi mua cả tháng nay rồi nhưng tôi phải cất trong tủ khóa kỹ.

Chàng thở hắt ra:

- Cất trong tủ quần áo nữ trang của cô hả.

Tôi cười khúc khích.

- Ừ.

Chàng mím môi:

- Cô cất kỹ như kim cương, hột xoàn, vàng bạc, thuốc muối đó hả.

- Ừ. Thời buổi này không tin ai được.

Chàng vùng ngồi dậy:

- Quá lắm. Thế thì ngày mai tôi phải khám phá tủ của cô mới được.

- Sức mấy. Đó là tủ riêng của tôi, tôi cũng có quyền còn một chỗ nào đó bất khả xâm phạm chứ. Tôi cũng phải có tài sản riêng chứ.

- Nhưng cũng vừa phải thôi. Ai đời thuốc muối, mì gói mà cô cũng cho vô tủ khóa kỹ cất giữ. Những đồ trời ôi đất hỡi đó mà sao cô quí nó hơn tôi. Tôi nghĩ trên đời này tôi mới là thứ quí nhất của cô vậy mà cô vứt lỏng chỏng.

- Bộ anh muốn tôi… cất anh vào tủ à?

Chàng có vẻ chưng hửng. Nhưng vẫn bứt đầu, bứt tai. Tôi nói:

- Trong tủ riêng của tôi hầm bà lằng đủ thứ hết. Còn nhiều nữa chứ không phải chỉ bấy nhiêu thôi đâu.

Chàng hỏi:

- Còn những gì nữa.

- Nhiều lắm mà. Thuốc đánh răng, xà phòng…

- Có mắm ruốc không.

- Không có mắm ruốc, nhưng có quần áo mới của anh, có cả mấy hộp thuốc lá thêm nữa.

- Ở đâu có thuốc lá thêm vậy.

- Hồi cách nay mấy năm có người đi ngoại quốc cho anh mấy hộp anh quên rồi sao.

Chàng suy nghĩ hồi lâu chợt la lên:

- Trời ôi, năm năm rồi còn gì. Như thế nó mốc mẹ nó ra rồi cô biết không.

Tôi chột dạ:

- Mốc thật không.

- Ở đấy mà còn.

- Tại tôi sợ để ở ngoài anh cho người ta mất phí đi.

- Thì tôi không hút cho đi chứ có gì mà tiếc. Chẳng qua cũng là của thiên hạ cho mình.

Tôi bẽn lẽn:

- Tôi vẫn cất kỹ trong xó tủ đó. Ngày mai tôi lấy đưa anh cho ai thì cho.

Chàng thở dài:

- Thôi cám ơn, cô đem mà bán. Thuốc hút mà dấu đi 5 năm trời mới đem cho người ta không sợ họ mắng cho sao.

Thậc ra tôi quên chứ không phải cố ý để mốc đâu. Thế nhưng… tính tôi như vậy biết làm thế nào được. Tôi bèn lấy cảm tình với chàng:

- Em cũng thấy đói bụng.

Chàng cáu kỉnh:

- Đêm hôm khuya khoắt đói bụng ráng chịu.

- Nhưng trong tủ em có thùng mì.

- Thì cô để 5 năm nữa hãy lấy ra cho tôi ăn.

- Để lâu thế lỡ nó hư thì sao.

- Thì lấy ra ăn lẹ lên. Ngày mai cứ để dưới bếp, các con nó muốn ăn lúc nào nó nấu.

Tôi kéo chàng dậy. Sau đó vợ chồng tôi lỉnh kỉnh đun nước nấu mì ăn đêm.

Chàng làm hai gói kèm theo hai quả trứng gà. Tôi cũng ăn hết một gói.

LÁ XANH

Quí vị có bao giờ ăn mì đêm không. Nếu quí vị chưa ăn thì cũng nên thử một lần mà xem.

Đôi vợ chồng ngồi bó gối chờ nước sôi, nguyên cái giờ phút chờ đợi đó cũng đã ngon lắm. Khi ăn mì cả vợ lẫn chồng đều vừa nhìn nhau vừa ăn, ớt bột cay vã mồ hôi, chảy nước mắt. Ngon lắm.

Và ngày hôm sau chàng đã quên không đòi khám tủ riêng của tôi. Như thế tôi vẫn còn có chỗ riêng tư cho mình.

Những buổi sáng chúa nhật, chương trình của chúng tôi là đưa các con đi lễ, đi ăn phở rồi đi thăm họ hàng, cũng có khi chàng đưa tôi đi chợ.

Ở chợ, bố con chàng ngồi ngoài xe, tôi xăn quần lội vào mua thức ăn. Tôi chỉ xách giỏ và mang một số tiền hạn định theo vào chợ. Vì tôi sợ kẻ cắp giật bóp.

Tôi giao cái bóp đựng tiền cho chàng giữ ở xe. Thế mà thưa quí vị, có lẽ chàng nghĩ tiền trong bóp tôi là tiền giả hay sao mà chàng lấy ra tiêu vung vít.

Nhiều lần từ trong chợ xách đồ ra, tôi thấy mấy người bán vé số, bán bong bóng bay, bán kem và ăn mày… đang bâu lấy xung quanh xe của chàng. Các con tôi mỗi đứa cầm một quả bóng bay. Chàng thì đang nhặt vé số. Không phải một người bán vé số đâu mà hai ba người lận. Có lẽ họ kiếm được ông khách bở nên bảo nhau kéo tới.

- Lúc nãy tôi mời cậu cậu không mua bây giờ cậu mua của bà đó.

Chàng cãi:

- Bà mời tôi hồi nào đâu.

- Có mà. Lúc cậu vừa đậu xe, tôi mời cậu rồi mà.

Chàng chép miệng:

- Thì đưa đây một cặp bảy. Lấy đại cặp nào cũng được.

- Cậu lấy thêm vài tấm lẻ nữa.

- Tôi không cần lẻ. Lỡ thần tài gõ cửa có ý cho mình ba mươi lăm triệu mà mình lại chỉ mua có một hai tấm, gây khó khăn cho thần tài.

- Cậu mua của mấy bà đó mà không mua cho cháu.

Một đứa bé dí tập vé số vào tay chàng. Chàng lại chặc lưỡi mua cho nó một cặp nữa. Trong khi đó người bán bong bóng cứ dúi vào tay đàn con đông đảo của tôi, những sợi chỉ có buộc quả bóng bay. Rồi tiếng bóng vỡ nổ, rồi từng quả vun vút bay lên không. Đến khi tính tiền trả người bán bóng cứ việc nhân lên với số lượng đã trao cho các con tôi. Chàng cằn nhằn:

- Bóng bóng gì mà đắt vậy.

- Thưa, các cậu, các cô ấy có người lấy hai ba quả.

- Đâu, mỗi đứa có một quả mà.

Người bán bóng chỉ lên trời, chàng thò đầu ra cửa xe ngó lên.

- Tính tiền cả những quả bay lên trời nữa sao.

Rồi chàng mua kem cho chúng ăn, mua báo cho chàng đọc. Một người đàn ông cả nể cộng với một đàn bảy đứa trẻ trong một chiếc xe đậu bên hương chợ dĩ nhiên đó là một thị trường có mãi lực cao đối với dân bán hàng vặt. Khi tôi ra tới xe chỉ còn biết... nhìn lên những quả bóng bay trên trời mà thở dài.

Chàng an ủi:

- Xổ số kỳ này thế nào cũng trúng. Đêm qua anh có nằm mê dẫm phải kít con Vịt.

- Anh mê trúng số sao anh không lấy tiền của anh mà mua, anh xài của tôi như xài tiền chùa.

- Thì anh mua cho em mà. Có dịp hên anh cho em luôn cái hên đó, cũng như anh đã cho em tất cả… cuộc đời ái tình, sự nghiệp của anh.

- Thôi, tôi không ham cái cuộc đời ái tình và sự nghiệp của anh đâu. Tôi trả lại cho anh đó, anh đừng mua vé bằng tiền của tôi nữa.

Chàng xoay ra nói xóc óc:

- Nếu mua bằng tiền của tôi. Tôi sẽ dấu vé số đi, tới ngày mở, tôi lén dò, nếu trúng ba mươi lăm triệu tôi cũng không cho ai biết. Tôi "véc sê" tiền vô chương mục của tôi ở ngân hàng. Tôi giữ một mình tôi.

- Anh không cho tôi đồng nào sao? Anh trúng số một mình sao?

- Ừ. Tôi đâu còn gì ngoài cái thể xác này. Tôi cũng phải... dự trù cho tương lai của tôi chứ. Cô thử nghĩ mà coi, tôi bây giờ tay trắng, cả đến, hộp thuốc xịt muỗi có cũng cất vào tủ riêng của cô khóa lại.

Thôi chết, tôi nghĩ cái vụ thuốc xịt muỗi cũng như mì gói thế nào cũng là đề tài cho chàng đem đi bêu riếu, như vụ tôi ăn hai tô phở hồi mới quen nhau. Tôi biết chồng tôi mà, một cây nói dai và thù vặt.

Trên đường về nhà, chàng vừa lái xe vừa càu nhàu:

- Người ta mua số cho tức là người ta đem may mắn đến cho, vậy mà còn cự nự.

Trong khi chàng cằn nhằn như vậy thì phía băng sau, lát lát lại một cái bong bóng nổ. Nhiều lần tôi giật mình tưởng nổ bánh xe.

Mà xổ số dù sao cũng không gây ồn ào trong nhà, nó chỉ gây xáo trộn trong lòng tôi vì tiếc tiền mà thôi nhưng còn mấy cái bong bóng, sự rắc rối còn kéo dài cho đến khi nổ hết sạch.

Về tới nhà lũ trẻ cãi nhau chí chóe…

- Bóng của tôi màu hồng.

- Sức mấy, bóng của mầy màu xanh vỡ trên xe rồi.

Thế là có đứa lăn ra khóc. Chàng giải quyết bằng phương thức đứa lớn nhường cho đứa bé. Nhưng cách giải quyết của chàng không được những đứa lớn nồng nhiệt ủng hộ. Vì thế cuộc tranh chấp vẫn lằng nhằng, trên nền nhà vẫn còn đứa lăn ra khóc. Chàng túng thế kêu lên:

- Em bảo chúng nó kìa.

- Sao anh lại kêu tôi, anh bày ra trò chơi bong bóng mà.

- Thì anh thương con.

- Vậy anh ráng mà thu xếp giải quyết.

Cáu quá chàng quát ầm nhà nhưng chẳng giải quyết được gì. Cuối cùng chàng kết luận:

- Từ nay trở đi đừng hòng tôi mua gì cho nữa.

Dĩ nhiên đó chỉ là một lời nói trong lúc tức bực.

LÁ XANH

*

Tôi đẻ tám lần, nuôi được bảy đứa kể ra đó cũng là một công trình lớn lao. Khi đẻ đến con bé Vịt tôi đã sợ lắm rồi. Tôi có cảm tưởng vào phòng sinh như là vào một chốn u mê không chắc ra được. Mồ hôi tôi tốt ra. Tôi tự nhủ, lần nầy nếu chúa ban ân cho tôi được qua khỏi tôi sẽ xin lấy làm đủ. Không dám có bầu nữa.

Thế nhưng sau ba năm không chửa nữa, con bé Vịt đã lớn, nó biết đi, biết nói, biết làm đủ trò ngộ nghĩnh, tôi lại chợt cảm thấy trong nhà như thiếu một đứa hài nhi còn bế ẵm nằm ngửa, thiếu tiếng khóc oe oe, thiếu những tấm lót, những chai sữa. Có lẽ vì từ ngày vợ chồng chúng tôi lấy nhau, trải qua hơn mười năm, trong nhà lúc nào cũng có hài nhi. Đứa này vừa chập chững đã có đứa khác chui ra. Miết rồi như là quen. Bây giờ con bé Vịt ba tuổi mà chưa thấy có đứa khác chui ra, tôi phát nhớ và thấy thiêu thiếu một cái gì. Tôi đem chuyện đó kể cho chàng nghe. Chàng hùng dũng tuyên bố:

- Thì đẻ nữa khó gì.

Tôi giẫy nẫy lên:

- Thôi. Tôi chịu thôi. Sợ lắm.

Chàng cười:

- Em sợ đẻ nhưng lại muốn nuôi con thơ, hay là anh đi... kiếm ở nơi khác đem về cho em nuôi nghe.

Tôi lườm chàng:

- Đừng có tưởng bở. Tôi chỉ thương con tôi, tôi chỉ hầu hạ con tôi, chứ con đứa khác đem về đây có mà bố nó cũng không yên với tôi.

Chàng cười:

- Khó tính nhỉ.

- Chứ sao. Anh thử mang về đây coi.

- Hay là anh mang cả mẹ nó về.

- Cho tôi nuôi nó hả. Còn lâu.

- Gì mà dữ vậy. Coi nhau như chị em có phải vui không. Hai người cùng thương tôi.

Tôi la lên:

- Không nói đùa nữa. Coi chừng anh giở chứng thật là tôi chết cho anh coi.

Chàng nói:

- Vậy thì em chịu khó đẻ nữa đi. Số tử vi của anh đông con lắm. Và ông thầy bói càng đông, càng tốt, càng quí.

- Nuôi một đàn bảy đứa còn chưa là đông sao.

- Em vẫn còn thèm nuôi con thơ mà.

- Ấy là tôi thấy nhơ nhớ thế thôi, tôi đâu có muốn đẻ nữa. Mười mấy năm khổ cực, bây giờ anh cũng phải cho tôi thảnh thơi một chút. Con Vịt nó lớn thêm chút nữa, anh còn phải dẫn tôi đi chơi đó đây. Các con ở nhà với bà ngoại được rồi.

Chàng chặc chặc lưỡi:

- Bây giờ lại bày trò đi du lịch nữa sao.

- Chứ không ư. Anh được đi đó, đi đây khắp nơi một mình, còn tôi ở nhà miết mười mấy năm trời, anh thử nghĩ xem như thế có đằng đẵng không.

Chàng gật đầu:

- Thì anh có bao giờ quên ơn em đâu.

Trời đất ôi, lâu lắm mới nghe chàng nói một câu hả dạ. Tôi ngã quỵ liền. Và cũng chẳng đòi đi đâu nữa.

Các con tôi bắt đầu lớn như thổi. Mỗi bữa ăn một nồi cơm lớn. Quần áo mới may đã chật và sắp rách. Vợ chồng tôi càng ngày càng lo chúng bị thiếu thốn. Trong khi ra ngoài ai cũng khen:

- Lũ trẻ trông cứ như thiên thần.

- Lũ trẻ trông như ngan, như ngỗng.

Chàng bảo tôi:

- Người ngoài nhìn vào gia đình mình thấy lũ con mình chắc họ tưởng mình sung sướng lắm.

Tôi gật đầu:

- Họ nói đúng anh ạ. Trông chúng nó rộn rã thế kia ai mà chẳng ham. Nhưng chỉ có em cực khổ thôi, chứ chúng nó và anh thì có gì lo lắng. Anh lúc nào cũng phây phây.

Chàng chắc lưỡi:

- Em sao lúc nào cũng phân bì, cũng chê bai anh được hết.

Tôi phì cười. Các con tôi cũng có đứa hay thắc mắc. Thái hỏi:

- Người ta nói tụi con như ngan, ngỗng là sao bố?

Khang lau chau giải thích:

- Là con ngan, con ngỗng đó. Để người ta ăn thịt đó.

Cu Thái tức quá la lên:

- Không ai ăn thịt được tao.

Cu Tuân cũng lơ ngơ góp ý kiến:

- Con ngan thường lội sình đó hả bố?

Thái lại càng tức:

- Tao không lội sình. Có mày bẩn như heo.

- Thái bẩn như heo.

Cu Thái vốn tính tình nóng nay, cu cậu vung tay định hành hung. Chàng cản lại:

- Thôi mà. Người ta nói tất cả các con là ngan, là ngỗng.

- Như thế là họ nói tất cả tụi con lội sình cả sao bố?

Chàng ấm ớ:

- Ừa…

Lũ trẻ "ồ" lên thất vọng. Tôi phải nhảy vào giải thích:

- Không phải như vậy đâu. Người ta nói con như ngan, như ngỗng là khen các con đẹp đẽ, béo tốt chứ không chê các con lội sình hay đem ra ăn thịt đâu.

Lũ trẻ nghe vậy mừng quá, Thái nói:

- Đó thấy chưa. Vậy mà thằng Tuân nó nói con lội sình.

Tôi nhìn Thái:

- Phải, cậu khôn lắm, như bố cậu vậy, có cái gì tốt đẹp cậu nhận liền cho cậu còn những gì xấu xa cậu đổ cho anh em cậu.

Cu Thái bẽn lẽn cười. Chàng giẫy nẫy chối:

- Cái gì mà cũng kéo tôi vào làm thí dụ chê bai.

Thái ôm lấy chàng:

- Con giống bố, chúng nó phe đảng nhau.

Tôi hỏi Thái:

- Con nói "chúng nó" là những ai?

Lũ trẻ nhao nhao kết tội Thái:

- Thái nó gọi má là… chúng nó đó má.

Cu Thái lại giãy tê tê lên:

- Đừng có nói láo nghe, tao gọi chúng mày chứ không có nói má.

Tôi giả bộ than thở:

- Trời ơi, tôi đẻ ra nó, nuôi lớn lên để rồi nó gọi tôi là chúng nó.

Thái luýnh quýnh:

- Không có, má. Con nói chúng nó.

Thái là người tình cảm, nếu bị chọc thêm nữa nó sẽ xúc động và chảy nước mắt, hoặc là sùng với anh em. Chàng cũng biết thế nên thường thường chàng kiếm việc cho Thái làm để xoay chuyển vấn đề. Chàng nói:

- Thái lấy cho bố miếng nước.

- Thái lấy cho bố điếu thuốc.

Những cách thức đó nhiều khi có kết quả. Lũ trẻ quên đi những hục hặc nhỏ với nhau.

Trong số các con tôi, Tuân là người... lẩm cẩm nhất.

Cu Tuân thường luẩn quẩn bên bố và hỏi những câu ấm ớ:

- Con lấy nước cho bố nghe?

- Ừ.

- Bố hút thuốc không con đi lấy.

- Ừ.

- Con nhổ tóc trắng cho bố nghe?

- Ừ.

Tôi thường phàn nàn:

- Chưa bao giờ có đứa con nào săn sóc tôi như săn sóc anh. Có khi tôi phải thét chúng nó mới mời tôi được miếng nước.

Cu Thái thỉnh thoảng cũng có màn trình diễn sau bữa cơm, nó rót nước vào hai cái ly, đặt trên một khay lớn rồi bưng đến mời tôi và chàng. Cu cậu tủm tỉm cười:

- Con làm như ở nhà hàng.

Một điều tôi nhận thấy mới xuất hiện ở các con tôi là chúng nó bắt đầu làm dáng. Sau mỗi khi tắm, đứa nào cũng lấy lược rẽ ngôi chải đầu.

Nhất là cu Hiền, thỉnh thoảng lại ra nhúng đầu vào chậu nước rồi vào bàn phấn của tôi ngồi ngắm nghía cả giờ chải đầu rẽ ngôi cẩn thận lắm.

Từ đứa lớn là Linh đến con bé Vịt đứa nào cũng bày vẽ chải đầu rẽ ngôi. Con Vịt, con Bự không biết chải nhưng cũng cầm lược khua đại trên tóc. Con Vịt còn lấy bông gòn bôi bôi trên mặt bắt chước tôi thoa phấn. Thấy vậy chàng cự tôi:

- Thấy không cô chỉ làm gương xấu cho các con. Mới nứt mắt đã bày vẽ đánh phấn, đánh sáp.

Tôi phản công ngay:

- Tôi đánh phấn sáp, tôi trang điểm cho đẹp mà anh bảo là gương xấu à.

Chàng lúng túng, tôi tấn công tiếp:

- Anh sao nói năng không suy nghĩ gì cả. Tôi không hiểu anh quan niệm ra sao về cuộc sống.

Chàng cãi:

- Cô trang điểm là làm đẹp. Được và tốt. Tôi đâu có nói. Bằng cớ là mỗi lần đi ngoại quốc tôi đều mua một lô mỹ phẩm về tặng cô. Tôi chỉ trách là cô đã để cho mấy đứa trẻ học bày vẽ phấn sáp.

- Nó phấn sáp hồi nào đâu. Nó chỉ bắt chước làm giả bộ thôi.

- Bây giờ làm giả bộ, ít nữa nó sẽ lấy sáp của cô bôi thật lên mặt cho coi. Con cái gì mà mới ba tuổi đã ngồi vào bàn phấn.

Tôi bênh con:

- Nó là con gái, lại là con út, nó muốn gì cũng phải chiều nó.

- Nhưng tôi thấy nó ngồi trước gương bôi trên mặt, nghiêng đầu ngắm nghía, tôi thấy dơ dáng quá.

- Anh không được xúc phạm đến nó.

- Bộ nó là công chúa hẳn.

- Còn hơn công chúa nữa.

- Ghê nhỉ.

Con Vịt tuy là con gái nhưng rất nghịch ngợm. Trong số các con tôi nó có vẻ khôn lanh nhất. Cô bác đều khen như vậy. Cái miệng nó leo lẻo. Ai đến nhà nó thưa bác ngọt sớt. Đi đến nhà ai nó cũng tự nhiên, hỏi nó trả lời không hề mặc cảm. Chàng nói:

- Con nhỏ này khôn như mẹ nó.

- Tôi khôn mà bị anh chài được.

- Lấy được tôi cô cũng đã chứng tỏ là khôn rồi.

Con bé Vịt còn nghịch ngầm nữa. Nó lén cấu tôi rồi rụt cổ cười với chàng.

Nhiều buổi trưa bố con họ không ngủ, trong khi tôi nhíp mắt. Thế là chàng và nó tìm cách phá tôi. Chàng ra dấu cho nó chọc ngón tay vào mắt tôi, vào mũi tôi.

Vì thế nhiều khi tôi đang ngủ bị nó chọc tay vào mắt. Chồng thức dậy bắt gặp bố con họ đang bịt miệng cười. Cáu quá tôi phát vào đít con bé. Chàng xót ruột thương con, ôm lấy nó che chở.

Chàng là người thương con, tôi hiểu chắc như vậy. Nhưng còn vấn đề thương vợ, tôi không dám quả quyết. Tuy vậy tôi có thể tự hào là tôi đã có công nhiều trong việc làm cho cha con họ thương yêu nhau. Phần mình làm sao mình biết chắc được. Bởi vì chúng ta không thể biết chắc được trong lòng con người. Vì thế tôi không dám viết trên giấy trắng mực đen rằng chàng thương yêu tôi. Trong quyển truyện này, tôi viết về những chuyện lẩm cẩm trong cái thế giới nhỏ bé của mình. Tôi đã nghe danh một số các nhà văn nổi tiếng ở xứ ta. Tôi thán phục họ nhưng tôi không hề có ý muốn trở thành một nhà văn. Tôi chỉ ghi lại những mẩu chuyện của gia đình tôi với dụng ý duy nhất để làm kỷ niệm.

Khoảng sân nhỏ trước nhà đã trồng được một

ít cây. Tôi và chàng đã đi mua cây giống. Một cây mận. Hai cây xoài. Một cây dừa. Vài cây bông và cũng không thể thiếu một cây ớt.

Việc trồng cây vừa dịp mùa mưa nên lá cây xanh tốt, nhiều búp non đã nhú ra. Những buổi sáng mát mẻ vợ chồng con cái chúng tôi thường ra ngắm… cảnh. Tôi co ro trong chiếc áo len. Chàng còn mặc đồ ngủ. Chàng hút thuốc và trên tay cầm một ly cà phê sữa. Lũ con chúng tôi cũng bu xung quanh chàng. Chúng cao sàn sàn bằng nhau. Và ngang tầm với những cây mới trồng. Lá cây xanh ngang đầu chúng nó. Con bé Vịt thấp nhất chập chững chạy, nó ngang hàng với cây ớt bé nhỏ. Cả hai đều gầy gò tong teo. Tôi nói với chàng:

- Thôi, như thế này được rồi. Anh khỏi cần phải tính đường làm lớn. Mình cũng chẳng cần ham có căn nhà rộng hơn. Vườn cây nhỏ này với lũ con chúng ta, cầu xin sao cho lúc nào cũng xanh tốt là đủ.

Saigon 1972

Thảo Trường

Nhân Ảnh
2025

Liên lạc tác giả
Thảo Trường
Email: thtruongbook@gmail.com

Liên lạc
Nhà xuất bản Nhân Ảnh
E.mail: han.le3359@gmail.com
(408) 722-5626

www.ingramcontent.com/pod-product-compliance
Lightning Source LLC
LaVergne TN
LVHW090220051026
849517LV00001B/135